സ്നേഹസ്പർശം

ഒരു ക്യാൻസർ രോഗിയുടെ അതിജീവനക്കുറിപ്പുകൾ

snehasparsham

•

jayanthi g

•

first edition
february 2019

•

typesetting & published
chintha publishers, thiruvananthapuram

•

cover
suresh

വിതരണം

ദേശാഭിമാനി ബുക്ക് ഹൗസ്

H O തിരുവനന്തപുരം-695 035
phone: 0471-2303026, 6063026
www.chinthapublishers.com
chinthapublishers@gmail.com

ബ്രാഞ്ചുകൾ

ഹെഡ്ഡാഫീസ് ബ്രാഞ്ച് കുന്നുകുഴി • സ്റ്റാച്യു തിരുവനന്തപുരം • കെ എസ് ആർ ടി സി ബസ് സ്റ്റേഷൻ ആലപ്പുഴ • കെ എസ് ആർ ടി സി ബസ് സ്റ്റേഷൻ എറണാകുളം • മച്ചിങ്ങൽ ലെയ്ൻ തൃശൂർ • ഐ ജി റോഡ് കോഴിക്കോട് • മാവൂർ റോഡ് കോഴിക്കോട് • എൻ ജി ഒ യൂണിയൻ ബിൽഡിങ് കണ്ണൂർ • സെൻട്രൽ ബസ് ടെർമിനൽ കോംപ്ലക്സ് താവക്കര കണ്ണൂർ

CO - 2752 / 4942
ISBN - 978-93-88485-24-1

സ്നേഹസ്പർശം

ഒരു ക്യാൻസർ രോഗിയുടെ അതിജീവനക്കുറിപ്പുകൾ

ജയന്തി ജി

ചിന്ത പബ്ലിഷേഴ്സ്
തിരുവനന്തപുരം-695 035

ജയന്തി ജി

1966 ൽ തിരുവനന്തപുരത്ത് ജനിച്ചു. അച്ഛൻ: ശ്രീ എൻ ഗോപിനാഥൻ, ആറ്റിങ്ങൽ ബി ടി എസിലെ (ഡയറ്റ് തിരുവനന്തപുരം) അദ്ധ്യാപകനായിരിക്കെ അകാലചരമ മടഞ്ഞു. ചിറയിൻകീഴ് താലൂക്ക് സ്റ്റാറ്റിസ്റ്റിക്കൽ ഓഫീസറായി വിരമിച്ച ശ്രീമതി ഓമന ജെ മാതാവ്. ആറ്റിങ്ങൽ ബി ടി എസ്, കടയ്ക്കാവൂർ എസ് എസ് പി ബി എച്ച് എസ്, ശിവ ഗിരി ശ്രീനാരായണ കോളേജ് എന്നിവിടങ്ങളിലായി വിദ്യാഭ്യാസം പൂർത്തിയാക്കി. ഇപ്പോൾ കിളിമാനൂർ ടൗൺ യു പി എസിൽ പ്രഥമാദ്ധ്യാപികയായി ജോലി ചെയ്യുന്നു.

ഭർത്താവ് : ശ്രീ. ശ്രീകുമാർ (കിളിമാനൂർ ടൗൺ യു പി എസ് പ്രഥമാദ്ധ്യാപകനായി വിരമിച്ചു)

മകൻ : അരുൺ എസ് ജെ.

വിലാസം : ജയന്തി ജി
C/o ശ്രീകുമാർ
കേദാരം
കൊട്ടാരം റോഡ്
കിളിമാനൂർ

ഫോൺ : 9446875961, 9447585338

ഉള്ളടക്കം

പ്രസാധകക്കുറിപ്പ്

എല്ലാം അവസാനിച്ചു എന്ന തോന്നലാണ് താൻ ക്യാൻസർ രോഗിയാണെന്ന് അറിയുമ്പോൾ ഒരാൾക്ക് ഉണ്ടാകുന്നത്. ഒപ്പം വേദനാജനകമായ ചികിത്സാമുറകൾക്കു വിധേയമാകുമ്പോൾ ഈ തോന്നൽ പ്രബലമാവും. എന്നാൽ ഇന്ന് അവസ്ഥ അതല്ല. ക്യാൻസർ ചികിത്സയിലൂടെയും പരിചരണത്തിലൂടെയും ഭേദമാക്കാവുന്ന ഒരു രോഗമാണ് എന്നു വന്നിരിക്കുന്നു. ഈ അവസ്ഥ ക്യാൻസറിന്റെ ഭീഷണി നേരിടുന്നയാളുകൾ അറിയേണ്ടതുണ്ട്. ജീവിതത്തെ സംബന്ധിച്ച പുതിയ പ്രതീക്ഷ ഉടലെടുക്കേണ്ടതുണ്ട്.

ക്യാൻസർ രോഗബാധിതയായി ചികിത്സയ്ക്കും അനുബന്ധമായ സർജറിക്കും വിധേയമായ ഒരു അദ്ധ്യാപികയാണ് ശ്രീമതി ജയന്തി ജി. അവർ തന്റെ അനുഭവങ്ങൾ ജീവത്തായി അടർത്തിവയ്ക്കുകയാണ് തന്റെ ഈ ലഘുഗ്രന്ഥത്തിൽ. ആത്മാർത്ഥതയും അർപ്പണബോധവും ചാലിച്ച് രോഗിയിലേക്ക് ഒഴുക്കുന്ന ഭിഷഗ്വരന്മാർ അവരുടെ മനസ്സിൽ ഈശ്വരന്റെ പ്രതിബിംബമാവുകയാണ്. അത്തരം ഡോക്ടർമാരെ കുറെക്കൂടെ മിഴിവിൽ ചരിത്രത്തിൽ അടയാളപ്പെടുത്തപ്പെടേണ്ടതുണ്ട്.

ജയന്തിയുടെ *സ്നേഹസ്പർശം* വലിയ തോതിൽ വായിക്കപ്പെടുകയും പ്രചരിപ്പിക്കപ്പെടുകയും ചെയ്യേണ്ട ഒരു സദ്ഗ്രന്ഥമാണ്. വായനാലോകം അത് ഏറ്റെടുക്കും എന്ന പ്രതീക്ഷയോടെ.

ചിന്ത പബ്ലിഷേഴ്സ്

സമർപ്പണം

അക്ഷരങ്ങളുടെ ലോകത്ത് പിച്ചവെച്ചു നടക്കാൻ തുടങ്ങിയപ്പോൾ മുതൽ വായനയുടെ ലോകത്തേക്കുകൂടി നയിച്ച്, പ്രതിസന്ധികളെ കരുത്തോടെ നേരിടാനുള്ള ഊർജ്ജം പ്രാപ്തമാക്കാൻ വഴികാട്ടിയായ അച്ഛനും, ചെറുപ്പത്തിലേ വിധവയായിട്ടും തളരാതെ മക്കളെ ഹൃദയത്തിൽ ചേർത്തുവളർത്തി പറക്കമുറ്റിച്ച, എന്നും താങ്ങും തണലുമായി നിലകൊള്ളുന്ന അമ്മയ്ക്കുമായി ഈ പുസ്തകം സമർപ്പിക്കുന്നു.

നന്ദിപൂർവ്വം

ക്യാൻസർ ചികിത്സാവേളയിൽ സാന്ത്വനമേകിയ ഡോക്ടർമാരെയും പ്രിയബന്ധുമിത്രാദികളെയും ഈ പുസ്തകം പ്രസിദ്ധീകരിക്കാനുള്ള ദൗത്യത്തിൽ സഹായിച്ചവരെയും സ്മരിക്കുന്നു.

മുഖവുര

ക്യാൻസർ രോഗിയാകുക എന്നത് ഒരാളും പ്രതീക്ഷിക്കാത്ത ഒരു ദുരവസ്ഥയാണ്. ഓർക്കാപ്പുറത്തൊരുനാൾ, അർബ്ബുദം തന്നിൽ തേൾക്കാലുകൾ ആഴ്ത്തിത്തുടങ്ങിയിരിക്കുന്നു എന്ന് തിരിച്ചറിയുമ്പോൾ 'എല്ലാം തീർന്നു' എന്നൊരു ഭയാനകമായ തോന്നലാണ് ഉളവായത്. പ്രിയപ്പെട്ടവൻ ഇരുകൈയും നീട്ടി താങ്ങിയപ്പോൾ ഒന്നു പൊരുതിനോക്കാമെന്നുറച്ചു. ദൈവത്തിന്റെ ആൾരൂപമായി ഡോക്ടറും സാന്ത്വനവും പരിചരണവുമായി ബന്ധുക്കളും സുഹൃത്തുക്കളുമൊക്കെ ചുറ്റും ഉണ്ടായിരുന്നു. എങ്കിലും സർജറി, പ്ലാസ്റ്റിക് സർജറി, കീമോതെറാപ്പി തുടങ്ങിയ വേദനാജനകമായ ചികിത്സാവേളകളിൽ പലപ്പോഴും 'ആൾക്കൂട്ടത്തിൽ തനിയേ' എന്ന അവസ്ഥയിലേക്ക് വലിച്ചെറിയപ്പെട്ടു. അശുഭചിന്തകളും ദുഃസ്വപ്നങ്ങളും ഉറക്കത്തിലും ഉണർവ്വിലും ഒരുപോലെ വേട്ടയാടി. അപ്പോഴത്തെ അന്തഃസംഘർഷങ്ങളിൽനിന്നും പുറത്തുകടക്കുവാനുള്ള ഒരു തന്ത്രം എന്ന നിലയിൽ, പ്രിയസഖി റീത്തയുടെ നിർദ്ദേശപ്രകാരം, ആശുപത്രി അനുഭവങ്ങളും വികാരവിചാരങ്ങളുമൊക്കെ ഡയറിയിലേക്ക് ഒഴുക്കിവിട്ടു. പെയ്തൊഴിഞ്ഞ മാനംപോലെ മനം തെളിയാൻ ആ രചന എന്നെ വളരെയധികം സഹായിച്ചു. ശാരീരിക പീഡനങ്ങൾ ഏറെ നല്കുന്ന ചികിത്സാരീതികൾ, അയാളെ മാനസികമായിക്കൂടി തകർക്കുന്ന ബന്ധുക്കളും സുഹൃത്തുക്കളുമൊക്കെ പലപ്പോഴും അവരറിയാതെ 'എരിതീയിൽ എണ്ണയൊഴിക്കുന്ന' രീതിയിൽ സഹതാപപ്രകടനങ്ങൾ നടത്താറുണ്ട്. ക്യാൻസർ വന്ന് മരിച്ചവരുടെ കദനകഥകൾ പറയാനാണ് പലർക്കുമേറെയിഷ്ടം. ക്യാൻസറിനെ പൊരുതി തോല്പിച്ചവരുടെ വിജയഗാഥകൾ പറയുന്നവർ വിരളമാണ്. രോഗിക്ക് നല്കേണ്ടത് സഹതാപമല്ല, മറിച്ച് ആത്മവിശ്വാസത്തോടെ ചികിത്സ നേരിടാനുള്ള ശക്തമായ കൈത്താങ്ങാണ്.

മറ്റേതൊരു അസുഖവുംപോലെ, ആരംഭത്തിലേ തിരിച്ചറിഞ്ഞ് ചികിത്സിച്ചാൽ ഭേദമാകുന്ന രോഗം തന്നെയാണിതും. ചികിത്സാകാലഘട്ടം എന്ന ദുരിതപർവ്വം സധൈര്യം താണ്ടിയാൽ പണ്ടത്തേതിനേക്കാൾ ഉണർവ്വോടെ, ഊർജ്ജസ്വലതയോടെ ജീവിതത്തിൽ മുന്നേറാം.

ചികിത്സാകാലം കഴിഞ്ഞ് സാധാരണജീവിതത്തിലേക്ക് മടങ്ങിയപ്പോൾ ഡയറി അലമാരയിൽ പുസ്തകങ്ങളുടെ ആത്മമിത്രമായി മാറി. ചികിത്സാവേളയിൽ എനിക്ക് രക്തദാനം നിർവ്വഹിച്ച് രക്തബന്ധുവായി മാറിയ ശ്രീ. തുളസീദാസന് നട്ടെല്ലിൽ അർബ്ബുദം ബാധിച്ചു. രോഗം തിരിച്ചറിഞ്ഞപ്പോൾ അദ്ദേഹവും ഭാര്യ ശകുന്തള ടീച്ചറും മാനസികമായി തകർന്നുപോയി. അവരെ ആ അവസ്ഥയിൽനിന്നും കരകയറ്റാനുള്ള ഒരു ശ്രമമെന്ന നിലയിൽ ഞാനെന്റെ ഡയറി അവർക്കു വായിക്കാനായി നല്കി.

ഹതഭാഗ്യരായ രോഗികൾക്കും അവരുടെ പ്രിയബന്ധുക്കൾക്കും പ്രത്യാശയും പ്രതീക്ഷയും പകർന്നുനല്കാൻ എന്റെ പരിശ്രമം സഹായകമാകുമെന്നവർ വിലയിരുത്തി. അതു പ്രസിദ്ധീകരിക്കണമെന്നുപദേശിച്ചു.

രോഗവിമുക്തിക്ക് മരുന്നുകൾക്കൊപ്പമോ അതിനേക്കാൾ ഒരുപടി മുന്നിലോ മനക്കരുത്തിനും സ്ഥാനമുണ്ട്. അതു പകർന്നുനല്കാൻ കഴിഞ്ഞാൽ ഞാൻ കൃതാർത്ഥയായി. പ്രതിസന്ധികളിൽ തളരാതെ, ദുരനുഭവങ്ങളിൽനിന്നും കരുത്താർജ്ജിച്ച്, ജീവിതയാത്ര പൂർവ്വാധികം ഭംഗിയായി തുടരാൻ രോഗികൾക്കും ബന്ധുക്കൾക്കും ഒരു കൈത്താങ്ങാകും എന്ന പ്രതീക്ഷയിൽ *സ്നേഹസ്പർശം* സവിനയം ഏവർക്കുമായി സമർപ്പിക്കുന്നു.

സസ്നേഹം

ജയന്തി ജി

അവതാരിക

ദൈർഘ്യമേറിയ 46 വർഷം സർജനായി ജീവിക്കുന്നതിനിടയിൽ എത്രയെത്ര രോഗികൾ മരണഭയവുമായി മുന്നിലൂടെ കടന്നുപോയിരിക്കുന്നു... എത്രയോ ചെറുപ്പക്കാരികൾ സ്തനാർബ്ബുദരോഗികളായി മുന്നിലെത്തിയിരിക്കുന്നു. താൻ മരിച്ചുപോയാൽ മക്കളെ ആരു വളർത്തുമെന്ന വേവലാതിയോടെ മുന്നിലിരുന്ന് കരഞ്ഞിരിക്കുന്നു... അക്കൂട്ടത്തിൽപ്പെട്ട ഒരു പഴയ ക്യാൻസർ രോഗി ഭർത്താവുമൊത്ത് 2016 ഒക്ടോബർ 17-ാം തീയതി വീണ്ടും എന്നെക്കാണാനായി വന്നു. കൈയിലൊരു പുസ്തകത്തിന്റെ പ്രൂഫുണ്ട്. *സ്നേഹസ്പർശം* എന്നാണതിന് അവർ നല്കിയിരുന്ന പേര്. ഞാനാണത്രെ അത്! അവതാരിക എഴുതുവാനുള്ള ഭാരം എന്നിലേല്പിച്ച് അവർ പോയി.

വളരെ തിരക്കുള്ള ദിവസമായിരുന്നിട്ടും രാത്രി വൈകുവോളമിരുന്ന് ഞാനത് വായിച്ചു തീർത്തു. ജയന്തിയെ ആദ്യമായി കണ്ട ദിവസം മനസ്സിലേക്കോടിയെത്തി. ഇടതുമാറിലെ മുഴ കാണിക്കാനായി ഭർത്താവുമൊത്താണ് അന്നുമെത്തിയത്. 9 വയസ്സുള്ള മകന്റെ 34 കാരിയായ അമ്മ. രണ്ടായിരത്തിലാണ് ആദ്യ സന്ദർശനം. ക്യാൻസർ മുഴയാണെന്ന പ്രതീക്ഷയേ ഇല്ലായിരുന്നു. ആ പ്രായത്തിൽ അർബ്ബുദം വരാനുള്ള സാദ്ധ്യത വിരളമാണ്. പക്ഷേ, ഒരിക്കലും പരിശോധനകൾ കൂടാതെ ഉറപ്പിച്ചു പറയാൻ സാദ്ധ്യമല്ല. ബയോപ്സി ചെയ്തു. റിസൾട്ട് ക്യാൻസർ മുഴയായിരുന്നു. അതുതന്നെ സ്ഥിരീകരണവുമായാണെത്തിയത്.

ഒരു സ്ത്രീയെന്ന നിലയിൽ ഒരു യുവതിക്ക് ഏറ്റവും വിലപ്പെട്ടതാണ് മാറിടം. അത് എടുത്തുമാറ്റുമ്പോൾ ഉണ്ടാകുന്ന മാനസിക വിഷമം എത്രത്തോളമാണെന്ന് "Psychological staliy of patients undergoing mastectomy" എന്ന വിഷയത്തിൽ, ഡോ. ബിൻവി (നഴ്സിങ് കോളേജ്

അസോസിയേറ്റ് പ്രൊഫസറായിരുന്നു), 1995 ൽ എന്റെ കീഴിൽ ഗവേഷണം നടത്തിയ സന്ദർഭത്തിൽ ഞാൻ മനസ്സിലാക്കിയിട്ടുണ്ട്. 200 സ്തനാർബ്ബുദരോഗികളുടേയും അവരുടെ ഭർത്താക്കന്മാരുടേയും മാനസിക അവസ്ഥയെക്കുറിച്ചുള്ള സൈക്കോളജിക്കൽ പഠനമായിരുന്നു അത്. പ്രായവും രോഗിയുടെ മനസ്സും കണക്കിലെടുത്ത് പ്ലാസ്റ്റിക് സർജറിയിലൂടെ മാറ് പുനഃസൃഷ്ടിക്കാമെന്ന് ഞാൻ നിർദ്ദേശിച്ചു. ദമ്പതികൾ നിർദ്ദേശം സ്വീകരിച്ചു. തിരുവനന്തപുരം മെഡിക്കൽ കോളേജിൽ സർജറിയും പ്ലാസ്റ്റിക് സർജറിയും ഒരുദിവസം തന്നെ നടത്തി. ആർ സി സിയിൽ കീമോതെറാപ്പി ചികിത്സയ്ക്കും വിധേയമായി.

16 വർഷങ്ങൾക്കുശേഷം ജയന്തിയുടെ ആശുപത്രി അനുഭവവിവരണത്തിലൂടെ കടന്നുപോയപ്പോൾ രോഗാവസ്ഥ ഒരു രോഗിയിൽ സൃഷ്ടിക്കുന്ന ആഘാതങ്ങളുടേയും അവരനുഭവിക്കുന്ന അന്തർസംഘർഷങ്ങളുടേയും വ്യഥകളുടേയും യഥാർത്ഥമായ ചിത്രം വായനക്കാരന്റെ സ്ഥാനത്തുനിന്ന് മനസ്സിലാക്കാൻ സാധിച്ചു. അതിനുപരി ഒരു ഡോക്ടറിൽനിന്നും രോഗി എന്താണാഗ്രഹിക്കുന്നതെന്നും, രോഗിയോടുള്ള ഡോക്ടറുടെ സമീപനം എങ്ങനെയായിരിക്കണമെന്നുമൊക്കെയുള്ള വ്യക്തമായ ചിത്രവും ലഭിച്ചു.

കാലമേറെയായിട്ടും മനസ്സിൽനിന്നും മാഞ്ഞുപോകാത്ത മറ്റു രണ്ടു സ്തനാർബ്ബുദരോഗികളെക്കുറിച്ചുള്ള സ്മരണകൾ ഉണർത്താനും ഈ പുസ്തകം വായന നിമിത്തമായി. 1977 ൽ ശ്രീചിത്രാ മെഡിക്കൽ സെന്ററിൽ അസിസ്റ്റന്റ് പ്രൊഫസറായി ജോലി നോക്കുമ്പോൾ എന്നോടൊപ്പം ജോലി ചെയ്തിരുന്ന ശാന്തി എന്ന 29 വയസ്സുകാരി നഴ്സാണ് ആദ്യരോഗി. 'കല്യാണം കഴിക്കാത്തതെന്തേ?' എന്ന എന്റെ ചോദ്യത്തിന് 'ഇടതുമാറിലുള്ള കട്ടി എപ്പോഴാ ക്യാൻസറാകുന്നതെന്നറിയില്ല. മറ്റൊരാളെക്കൂടി ബുദ്ധിമുട്ടിക്കാൻ താല്പര്യമില്ല' എന്ന മറുപടിയാണ് ലഭിച്ചത്. എന്നിലെ 'ഡോക്ടർ' ഉണർന്നു. പിറ്റേ ദിവസം തന്നെ ഞാനത് ഓപ്പറേഷൻ ചെയ്തുമാറ്റി. റിസൾട്ടിൽ ക്യാൻസർ സാന്നിദ്ധ്യമില്ലാത്തതിനാൽ കല്യാണം കഴിക്കാൻ തടസ്സമേതുമില്ലായെന്നറിയിച്ചു.

ആറുമാസം കഴിഞ്ഞ് വിവാഹക്ഷണപത്രികയുമായി ശാന്തി എന്റെ അരികിലെത്തി. അഭിനന്ദനമറിയിച്ചശേഷം സർജറി ചെയ്ത ഭാഗത്തെക്കുറിച്ചന്വേഷിച്ചു. വീണ്ടുമവിടെ മറ്റൊരു മുഴയുണ്ടെന്നറിഞ്ഞ് പരിശോധിച്ചു. ആദ്യത്തേതിനേക്കാൾ വലിയ മുഴ. വിവാഹത്തിന് 11 ദിവസങ്ങൾ മാത്രം. ഏതായാലും മുഴ ശരീരത്തിൽകൊണ്ടു നടക്കുന്നത് പന്തിയല്ല. അടുത്ത ദിവസം തന്നെ വീണ്ടും ഓപ്പറേഷൻ നടത്തി പരിശോധനയ്ക്കയച്ചു. കല്യാണത്തിന് 5 ദിവസം മുമ്പ് ആ അപ്രിയ സത്യം വിളിച്ചറിയിക്കുന്ന പരിശോധനാ റിപ്പോർട്ടുമായി ശാന്തിയുടെ ഇരട്ടസഹോദരി നിറകണ്ണുകളോടെ എന്നെ കാണാനെത്തി. അർബ്ബുദം ശാന്തിയിൽ വേരുറയ്ക്കുക തന്നെയാണ്. ശാന്തി ചികിത്സകൾക്കു വിധേയയായി. വിവാഹം വേണ്ടെന്നു വച്ചു. നന്മയുടെ പ്രതിരൂപമായ ശാന്തിയുടെ പ്രതിശ്രുതവരനും

അവിവാഹിതനായി തുടർജീവിതം നയിച്ചു. 2006 ൽ ശാന്തി Ceribro Vascular Accident വന്ന് കാലയവനികയ്ക്കുള്ളിൽ മറഞ്ഞു. ജീവിതം എങ്ങനെയൊക്കെ ആയിത്തീരുമെന്നത് പ്രവചനാതീതമാണല്ലോ?

1985 ൽ ഇരുസ്തനങ്ങളിലും അർബ്ബുദം ബാധിച്ച് ചികിത്സയ്ക്കായെത്തിയ മലപ്പുറം സ്വദേശിനിയായ യാഥാസ്ഥിതിക മുസ്ലീം വനിതയാണ് രണ്ടാമത്തെ രോഗി. സ്ത്രീത്വം വിട്ടുപോകാത്ത ദേഹപ്രകൃതമുള്ള സുന്ദരിയായ ഒരു 42 കാരി. പ്ലാസ്റ്റിക് സർജറിയിലൂടെ രണ്ടുസ്തനങ്ങളും പുനർനിർമ്മിച്ചു നല്കാമെന്ന് നിർദ്ദേശിച്ചപ്പോൾ ലഭിച്ച മറുപടി എന്റെ പ്രതീക്ഷയെ തകിടം മറിക്കുന്നതായിരുന്നു.

'സാറേ, ഇതെല്ലാം പ്രയോജനപ്പെടുത്തണമെന്ന് താല്പര്യമുള്ള ഒരുകാലം ഉണ്ടായിരുന്നു. അന്നതിന് സ്വാതന്ത്ര്യമില്ലായിരുന്നു. ഇപ്പോഴിത്തരം ആഗ്രഹങ്ങളൊന്നുമില്ല. അതിനെക്കുറിച്ചോർത്തു വിഷമിക്കാതെ സാർ ഓപ്പറേഷൻ എങ്ങനെ വേണോ അതുപോലെ ചെയ്തോളൂ' രോഗിയുടെ മാനസികാവസ്ഥയുടെ വേറിട്ടൊരു പാഠമായിരുന്നു എനിക്കാ മറുപടി.

എല്ലാ ഡോക്ടർമാരും വൈദ്യശാസ്ത്രവിദ്യാർത്ഥികളും അവശ്യം വായിച്ചിരിക്കേണ്ട ഒരു പുസ്തകമാണിതെന്നു ഞാൻ കരുതുന്നു. തങ്ങളുടെ മുന്നിൽ വന്നിരിക്കുന്ന രോഗികളുടെ മനോനില മനസ്സിലാക്കി, ദുഃഖവും ആകാംക്ഷയും തിരിച്ചറിഞ്ഞ്, അവരെ ആശ്വസിപ്പിക്കേണ്ട ചുമതല തങ്ങൾക്കാണെന്ന തിരിച്ചറിവ്, ഈ പുസ്തകവായനയിലൂടെ പ്രാപ്തമാകുമെന്നനിക്കുറപ്പുണ്ട്. ഏതു രീതിയിലാണ് രോഗികളോട് സംസാരിക്കേണ്ടതെന്നും എങ്ങനെയാണവരോട് പെരുമാറേണ്ടതെന്നുമുള്ള പാഠവുമിത് പകർന്നുനല്കും.

കൈക്കൂലി വാങ്ങിക്കുകയും, അത് കിട്ടാതിരിക്കുമ്പോൾ രോഗിയെ വേണ്ട രീതിയിൽ പരിചരിക്കാതിരിക്കുകയും ചെയ്യുന്ന ദുരവസ്ഥ ഇതു വായിക്കുന്ന ഡോക്ടർമാരുടെയിടയിൽ നിന്നെങ്കിലും തുടച്ചുമാറ്റാൻ ജയന്തിയുടെ അനുഭവ വിവരണം ഉതകുമെന്ന് ഞാൻ പ്രതീക്ഷിക്കുന്നു. സമൂഹം ഡോക്ടർമാരിൽ അർപ്പിച്ചിരിക്കുന്ന വലിയ കർത്തവ്യം തിരിച്ചറിയുമെന്ന പ്രതീക്ഷയോടെ ഈ സദ്ഗ്രന്ഥം ഡോക്ടർമാരുടെ മനഃസാക്ഷിക്കു മുന്നിൽ സമർപ്പിച്ചുകൊണ്ട് ഞാനെന്റെ കർത്തവ്യം പൂർത്തിയാക്കുന്നു.

ഡോ: വൈ എം ഫസൽ മരയ്ക്കാർ
ഷമീർ മൻസിൽ
മോസ്ക് ലെയിൻ, കുമാരപുരം
തിരുവനന്തപുരം

സഹരോഗിണി

പ്രഭാതഭക്ഷണം കഴിക്കുന്നതിനിടയിൽ പത്രംനോക്കുക ശീലമാണ്. അതിനിടയിലാണ് ചരമക്കോളത്തിനിടയിൽ, ആരും കൊതിക്കുന്ന ഇടതൂർന്ന് സുന്ദരമായ ചുരുണ്ട മുടിയുള്ള സുമുഖിയുടെ ചിത്രം ശ്രദ്ധയിൽപ്പെട്ടത്. ജയശ്രീ (40) വീണ്ടും ആ മുഖത്തേക്ക് സൂക്ഷിച്ചുനോക്കിയപ്പോൾ ഒരു ഞെട്ടലോടെ തിരിച്ചറിഞ്ഞു. ജീവിതത്തിൽ ഒരിക്കൽ മാത്രം കണ്ട, പത്തുമുപ്പതുമിനിറ്റുകൊണ്ട് എന്റെ പ്രിയ സുഹൃത്തായി മാറിയ ജയശ്രീയാണ്.

നാലാമത്തെ കീമോതെറാപ്പിക്കായി ആർ സി സിയിൽ ചെന്ന ദിവസം. ബ്ലഡ് കൗണ്ട് നോക്കാൻ ഊഴം കാത്തുനിന്ന എനിക്ക് ജയശ്രീയുടെ അടുത്താണ് ഇരിക്കാനിടം കിട്ടിയത്. അല്പനിമിഷങ്ങൾക്കകം ഞങ്ങൾ പരസ്പരം വിവരങ്ങൾ കൈമാറി.

ഞങ്ങൾ 'ഒരേതൂവൽ പക്ഷികളാണ്' രണ്ടുപേരും സ്തനാർബ്ബുദ രോഗികളാണ്. പക്ഷേ, ഒരു വ്യത്യാസമുണ്ട്. എന്റെ രോഗം നേരത്തേ തിരിച്ചറിഞ്ഞു. ജയശ്രീയുടേത് ഒരുപാട് വ്യാപിച്ചശേഷം തോളിൽ വേദന അനുഭവപ്പെട്ടപ്പോഴാണ് അറിഞ്ഞത്. ഓപ്പറേഷൻ ചെയ്ത് രോഗബാധിത ഭാഗം മാറ്റുന്ന അവസ്ഥ കഴിഞ്ഞു. ആറ് കീമോതെറാപ്പിയും ഇരുപത്തഞ്ച് റേഡിയേഷനും കഴിഞ്ഞ് പരീക്ഷീണയായിരുന്ന ആ ഘട്ടത്തിലും ജയശ്രീയുടെ മുഖത്ത് നോക്കുന്ന ആൾക്ക് പെട്ടെന്ന് അവിടെനിന്നും മിഴികളകറ്റാൻ കഴിയുമായിരുന്നില്ല. നെറ്റിയിൽ എടുത്തുകാട്ടുന്ന വലിയ കറുത്ത ഒട്ടിപ്പുപൊട്ടും മെറൂൺ ചുരിദാറും ഷാളും ധരിച്ചിരിക്കുന്നതു കണ്ടാൽ ആൾ വലിയ ഗമയിലാണെന്നു തോന്നും. സ്ലീവ്ലെസ് ബ്ലൗസ് ധരിച്ചിരിക്കുന്നത്, 'മോഡേൺ വുമൺ' ആയതുകൊണ്ടല്ല, വേദനകാരണം കൈയുയർത്തി ബ്ലൗസിടാൻ കഴിയാത്തതുകൊണ്ടാണ്.

ഭർത്താവ് പത്രപ്രവർത്തകനായതിനാൽ ഗവൺമെന്റ് കുടുംബത്തെ മുഴുവൻ ഇൻഷ്വർ ചെയ്തതുകൊണ്ട് സൗജന്യ ചികിത്സ ലഭിക്കുന്നുണ്ടെന്ന് സംസാരത്തിനിടയിൽ ജയശ്രീ പറഞ്ഞു. അമേരിക്കയിൽനിന്നും മുംബൈയിൽ എത്തിയ ക്യാൻസർ രോഗവിദഗ്ദ്ധനായ ഡോക്ടറെ കണ്ടപ്പോൾ ബോംബെയിൽ അഞ്ച് സ്ത്രീകളിലൊരാൾ സ്തനാർബ്ബുദ രോഗിയാണെന്നും രോഗം നിയന്ത്രിക്കാനേ കഴിയൂ മാറ്റാൻ സാധിക്കില്ലെന്നുമാണ് ആ ഡോക്ടറുടെ അഭിപ്രായം.

രാത്രി എന്നും ഇരുപത് മിനിറ്റോളം നീണ്ടുനില്ക്കുന്ന അസഹ്യമായ വേദന വരുമ്പോൾ സ്നേഹത്തിന്റെ നിറകുടങ്ങളായ ഭർത്താവും മകനും മകളും മരുന്ന് നല്കിയ ശേഷം, തടവി തടവി ഉറക്കുമത്രേ. തന്റെ നിർഭാഗ്യത്തിനിടയിലെ ഭാഗ്യമാണവർ എന്നു പറഞ്ഞപ്പോൾ മുഖം വിടർന്നു.

നേരിട്ട ചികിത്സാ രീതികളിൽ കീമോ ആണ് അസഹ്യമെന്നവർ പരാതിപ്പെട്ടു. 'ഒരുറുമ്പിനെപ്പോലും നോവിക്കാത്ത ജയശ്രീക്ക് ഈ രോഗം വന്നല്ലോ' എന്ന് സഹപ്രവർത്തകർ സഹതപിക്കുന്ന കാര്യം പരാമർശിച്ചപ്പോൾ ഇതുതന്നെയാണല്ലോ എന്റെ സന്ദർശകരിൽ പലരും എന്നോടും പറഞ്ഞതെന്നോർത്തു.

ചിരപരിചിതരെപ്പോലെ മുട്ടിയുരുമ്മിയിരുന്ന് കൗണ്ട് കുറവായതിനാൽ അടുത്ത കീമോ എടുക്കാൻ കഴിയാത്തതിനാൽ സങ്കടപ്പെട്ടിരുന്ന വല്യമ്മയ്ക്ക് ഞങ്ങൾ രണ്ടുപേരും ചേർന്ന് കൗണ്ട് കൂടാൻ കഴിക്കേണ്ട ആഹാരരീതിയെക്കുറിച്ച് ക്ലാസ് നല്കി.

'കീമോ നിർത്തിക്കഴിഞ്ഞെത്ര നാൾ കഴിയുമ്പോൾ മുടി വളർന്നു തുടങ്ങും?' എന്ന എന്റെ സംശയത്തിന് 'ഒരുമാസം' എന്ന മറുപടിക്കൊപ്പം ഷാൾ മാറ്റി തലകാട്ടിത്തരികയും ചെയ്തു. കുറ്റിത്തലമുടി നിരന്നു കഴിഞ്ഞിരിക്കുന്നു.

പെട്ടെന്ന് ഇരിപ്പിടത്തിൽനിന്നും ചാടി എഴുന്നേറ്റു. വേദന വരുന്നെന്ന സൂചന നല്കി 'എത്ര മണിക്കൂറാണ് കാത്തിരിക്കുക. ഇവർക്ക് ഞങ്ങളുടെ പ്രയാസം മനസ്സിലാവില്ല' എന്നു പിറുപിറുത്ത് ചുറുചുറുക്കോടെ നടന്നു മറഞ്ഞ ജയശ്രീയുടെ രൂപവും വാക്കുകളും ഇടയ്ക്കിടെ ഒരു നൊമ്പരമായി എന്നെ പിന്തുടരുന്നു.

രോഗത്തിനരികിലേക്ക്

എന്നാണ് ഞാനെന്റെ പ്രത്യക്ഷദൈവത്തെക്കുറിച്ച് ആദ്യമായി കേട്ടത്? ഓ! 2000 ജൂലൈ 10-ാം തീയതി തിങ്കളാഴ്ച എസ് സി ഇ ആർ ടി ഓഫീസിന് മുന്നിൽ നടക്കുന്ന കെ എസ് ടി എ ധർണ്ണയിൽ പങ്കെടുക്കുവാൻ കിളിമാനൂരിൽനിന്നും തിരുവനന്തപുരത്തേക്ക് പോകുന്ന വഴിയിൽ വണ്ടിയിൽ വച്ചാണ്. പുല്ലയിൽ എൽ പി എസിൽ എന്നോടൊപ്പം ജോലി ചെയ്തിരുന്ന സുലോചന ടീച്ചറിന്റെയും റുഖിയയുടെയും ഒപ്പമുള്ള ആ യാത്രയ്ക്കിടയിൽ വണ്ടിക്ക് കുഴപ്പം പറ്റിയില്ലായിരുന്നെങ്കിൽ എനിക്കെന്റെ ദൈവം ഇന്നും അപരിചിതനായിരുന്നേനേ. ക്യാൻസർ എന്ന കൊലയാളി ഇഞ്ചിഞ്ചായി എന്നെ കൊന്നുകൊണ്ടിരിക്കുമായിരുന്നു. ഇന്നോർക്കുമ്പാൾ എല്ലാം ഒരു സ്വപ്നം പോലെ തോന്നുന്നു. ടി ടി സി സഹപാഠി വേണു ഏല്പിച്ച നോട്ടിലെ ഉള്ളടക്കത്തെക്കുറിച്ചുള്ള ചർച്ചയിലായിരുന്നു ഞാനും സുലോചന ടീച്ചറും. ഠപ്പ് എന്നൊരു ശബ്ദം കേട്ടു. പേടിച്ചു പോയി. വണ്ടി കുറച്ചു ദൂരം മുന്നോട്ട് നിരങ്ങി നിന്നു. എല്ലാവരും പുറത്തിറങ്ങി. ഏറ്റവും ഒടുവിലാണ് ഞങ്ങൾ ഇറങ്ങിയത്. അദ്ധ്യാപികമാർ വെയിലു കൊള്ളാതെ നില്ക്കാൻ പറ്റിയ സ്ഥലം കണ്ടുപിടിച്ച് നിന്നപ്പോഴേക്കും മുകളിലെ വൈദ്യുതിക്കമ്പികൾ ശക്തിയായി ആടിഉലഞ്ഞു. ഒരു വലിയ ശബ്ദത്തോടെ അല്പം അകലെ റോഡരികിൽ നിന്ന മുത്തശ്ശിമരം ഞങ്ങളുടെ വണ്ടി കേടായ അതേ സ്ഥലത്ത് റോഡിനു കുറുകെ പതിച്ചു. ട്രാഫിക് തടസ്സപ്പെട്ടു.

മരണത്തിൽനിന്നും തലനാരിഴയ്ക്ക് രക്ഷപ്പെട്ടുവെന്ന് എല്ലാവരും ആശ്വസിച്ചു. ചർച്ച അതേക്കുറിച്ചായി. ഞങ്ങളുടെ കൂട്ടത്തിലുണ്ടായിരുന്ന കുറെ അദ്ധ്യാപകർ വീണുകിടക്കുന്ന മരത്തിനരികിലേക്ക് പോയി. ട്രാഫിക്ക് തടസ്സപ്പെട്ടു. വണ്ടികൾ അപ്പുറവും ഇപ്പുറവും വന്നു തിരിച്ചു

പോകാൻ തുടങ്ങി. നടുക്കത്തിൽനിന്നും മോചിതരാകാതെയാണ് ടയർ മാറ്റിയ വണ്ടിയിൽ കയറിയത്. "ഞങ്ങൾ രണ്ടാളും മരം വീണ് മരിച്ചിരുന്നെങ്കിൽ മക്കളെ ആരു വളർത്തും? ഒരാളെങ്കിലുമുണ്ടെങ്കിൽ ആ ആൾ വളർത്തിക്കൊള്ളും." കെ എസ് ടി എ നേതാവ് ഷാജഹാൻ സാറിന്റെ പത്നി റുഖിയ വ്യാകുലതയോടെ പറഞ്ഞു. ഞങ്ങൾ രണ്ടാളും ഉണ്ടായിരുന്നു. എല്ലാ യാത്രകളിലും കൂടെപ്പോരുന്ന മോൻ ഇപ്രാവശ്യം വന്നില്ല. "ദൈവം എല്ലാം നിശ്ചയിച്ചിട്ടുണ്ട്." ഞാൻ പറഞ്ഞു. അതേ ദൈവം നിശ്ചയിച്ചിരുന്നു. എല്ലാം........

കാരേറ്റ് നിന്ന് കയറിയതുമുതൽ നില്ക്കുകയായിരുന്ന എ ഇ ഒയിലെ അശോകൻ സാറിന്റെ ഭാര്യക്ക് ഞാനെന്റെ സീറ്റ് ഒഴിഞ്ഞു കൊടുത്തു. അപ്പോൾ ശ്രീയേട്ടന്റെ അനിയൻ വഞ്ചിയൂർ യു പി എസിലെ അദ്ധ്യാപകൻ ഉണ്ണി അനിയൻ എന്നെ അവന്റെ അരികിലിരിക്കാൻ ക്ഷണിച്ചു. ആദ്യം വേണ്ടെന്നു പറഞ്ഞെങ്കിലും സുലോചന ടീച്ചർ കൂടി നിർബ്ബന്ധിച്ചതോടെ ഞാനവിടെ ചെന്നിരുന്നു. ഞാനവിടെ ഇരിക്കേണ്ടത് അനിവാര്യമായിരുന്നു. സംസാരത്തിനിടയിൽ ഉണ്ണി അവന്റെ അമ്മായിയുടെ മാറിലെ മുഴ ഓപ്പറേറ്റ് ചെയ്ത ഡോക്ടറെക്കുറിച്ച് വിവരിച്ചു. ഉണ്ണിയുടെ വാക്കുകളിലൂടെ ആ നല്ലവനായ ഡോക്ടറുടെ ചിത്രം എന്റെ മനസ്സിൽ പതിയുകയായിരുന്നു. രൂപം, ഭാവങ്ങൾ, രോഗികളോടും ബന്ധുക്കളോടും ഉള്ള പെരുമാറ്റം, സാമർത്ഥ്യം ഒക്കെ. "ഈ നൂറ്റാണ്ടിലും ഇങ്ങനെയൊരു ഡോക്ടറോ ചേട്ടത്തീ." എന്നാണ് അവൻ പറഞ്ഞു നിർത്തിയത്.

അവന്റെ വാക്കുകളിൽനിന്നും ഞാൻ മനസ്സിലാക്കിയ കാര്യങ്ങൾ ഇവയായിരുന്നു. ഫസൽ മരയ്ക്കാർ എന്നാണ് ഡോക്ടറുടെ പേര്. മെഡിക്കൽ കോളേജിലെ സർജറി പ്രൊഫസർ. വെളുത്തു മെലിഞ്ഞ ശരീരം. അമ്പതു വയസ്സിനോടടുത്ത പ്രായം. വീട്ടിൽ ചികിത്സ ഇല്ല. പക്ഷേ, രോഗികളുടെ ബന്ധുക്കൾ ചെന്നാൽ ക്ഷണിച്ചിരുത്തി എത്ര സമയമെടുത്തും സംശയങ്ങൾക്കൊക്കെ മറുപടി നല്കും. ഒരു ദിവസം തന്നെ മാറിലെ മുഴ നീക്കുന്ന ശസ്ത്രക്രിയ ഒത്തിരി നടത്തുന്നുണ്ട്. രോഗികളോട് വളരെ സ്നേഹവും ആത്മാർത്ഥതയുമുണ്ട്. ചൊവ്വാഴ്ചയാണ് ഒ പി.

എന്റെ മനസ്സിൽ ഒരു മിന്നൽ കടന്നു പോയി. ഇതേ രോഗവുമായി ഞാൻ അഞ്ചു മാസമായി നടക്കുകയാണ്. സദാസമയവും എന്നെ കാർന്നുതിന്നുകൊണ്ടിരിക്കുന്ന ക്യാൻസർ ഭയം. ആരെ കാണിക്കും എന്ന ഉൽക്കണ്ഠ. മുഴ കണ്ട ഉടൻ ഒരു ലേഡി ഡോക്ടറെ കാണിച്ചതാണ്. ഒരു കുഴപ്പവുമില്ല എന്ന് ഡോക്ടർ അന്ന് പറഞ്ഞു. ആ സമയത്ത് അത്രയ്ക്ക് അറിയില്ലായിരുന്നു. പക്ഷേ, ഇപ്പോഴോ. കുളിക്കുമ്പോൾ, സോപ്പു തേക്കുമ്പോഴൊക്കെ കൈയിൽ തട്ടും. കാണുന്ന ഡോക്ടർമാരെയൊക്കെ കാണിക്കാൻ പറ്റിയതാണോ ഇത്? ഞാൻ തേടിക്കൊണ്ടിരുന്ന ആളെ കണ്ടെത്തിയിരിക്കുന്നു എന്ന് എന്റെ മനസ്സ് പറഞ്ഞു. അതുവരെ കേൾവിക്കാരിയായിരുന്ന ഞാൻ പതുക്കെ ചോദിച്ചു.

"അദ്ദേഹത്തിന്റെ വീടെവിടെയാ?"

“മെഡിക്കൽ കോളേജ് സ്കൂളിന് എതിർ വശത്ത്. അഡ്രസും ഫോൺ നമ്പറും എന്റെ കൈയിൽ ഉണ്ട്. വളരെ കൃത്യനിഷ്ഠ ഉള്ള ആളാണ്. വൈകുന്നേരം 7 മണിക്കേ വീട്ടിൽ വരൂ.”

“എനിക്ക് അദ്ദേഹത്തിന്റെ നമ്പർ വേണമായിരുന്നു. വീട്ടിൽ ചെന്നിട്ട് ഫോൺ ചെയ്യാം.”

“ഇതാ ഇപ്പോൾ എന്റെ കൈയിൽ ഉണ്ട്. ചേട്ടത്തി പേപ്പറെടുത്താൽ മതി.” വെള്ളല്ലൂർ സ്കൂളിലെ അദ്ധ്യാപകൻ വേണുവിന്റെ നോട്ട് ബുക്കിൽ നിന്നും പകുതി പേജ് കീറിയെടുത്ത് ഓടുന്ന വണ്ടിയിൽ ഇരുന്നു തന്നെ അഡ്രസും ഫോൺ നമ്പറും എഴുതിയെടുത്തു.

ധർണ്ണയിൽ പങ്കെടുക്കുമ്പോഴും തിരികെ മടങ്ങുമ്പോഴും ഒക്കെ ഇതു തന്നെയായിരുന്നു ചിന്ത. മടങ്ങും വഴി ഉണ്ണിയുടെ വീട്ടിൽ കയറി. അവിടെ വിശ്രമിക്കുകയായിരുന്ന അമ്മായിയെ കണ്ടു. അവർക്കും ഡോക്ടറെക്കുറിച്ച് വിവരിക്കാനേ നേരമുള്ളൂ. യൂണിറ്റിലെ ഓരോരുത്തരെക്കുറിച്ചും നല്ലതേ പറയാനുള്ളൂ. ഓപ്പറേഷൻ നടത്താൻ തീയേറ്ററിൽ കൊണ്ടുപോകാൻ തീരുമാനിച്ചപ്പോൾ ബന്ധുക്കൾ ഇല്ലാത്തതുകൊണ്ട് പോകാൻ വിസമ്മതിച്ച അവരോട് “അമ്മയ്ക്ക് ഞങ്ങളുണ്ട് ബന്ധുക്കളായിട്ട്, ഒന്നും വരില്ല.” എന്ന് ധൈര്യപ്പെടുത്തിയതും ബന്ധുക്കൾ ചെന്നപ്പോൾ ഓപ്പറേഷൻ കഴിഞ്ഞ് സുഖമായി വാർഡിൽ കിടക്കുന്നതാണ് കണ്ടതെന്നും മറ്റും അവർ പറഞ്ഞു.

അവിടെനിന്നും ഇറങ്ങിയപ്പോൾ ഫസൽ മരയ്ക്കാർ ഡോക്ടറെ കണ്ടാൽ മനസ്സിന്റെ ഭാരം ഇറക്കിവയ്ക്കാം എന്നെനിക്ക് തോന്നി. പക്ഷേ, അതു സാധിക്കാൻ ഒട്ടേറെ തടസ്സങ്ങൾ എന്റെ മുന്നിലുണ്ട്. ഒന്നാമത്തേത് ശ്രീയേട്ടന്റെ മുമ്പിൽ ഈ വിഷയം അവതരിപ്പിക്കുക എന്നതു തന്നെ. എനിക്കൊരു ജലദോഷം വരുന്നതുപോലും സഹിക്കാൻ പറ്റാത്ത ആളാണ്. അസ്വസ്ഥത പുറത്തുവരുന്നതു ദേഷ്യമായിട്ടാണെന്നു മാത്രം. ലേഡി ഡോക്ടർ “ഒന്നുമില്ല.” എന്നു പറഞ്ഞതുകേട്ട് ആശ്വസിച്ചിരിക്കുകയാണ്. പക്ഷേ, വളരുന്ന മുഴ എന്റെ ഉറക്കം കെടുത്തിയിരിക്കുന്നു. എന്നെ ഫസൽ ഡോക്ടറുടെ അടുത്ത് കൊണ്ടുപോകണം എന്നു പറയാനും നിവൃത്തിയില്ല. കാരണം ഡോക്ടർ വീട്ടിൽ രോഗികളെ പരിശോധിക്കാറില്ലെന്നാണ് ഉണ്ണി പറഞ്ഞത്. മെഡിക്കൽ കോളേജ് ഒ പിയിൽ ചൊവ്വാഴ്ച കൊണ്ടു പോകാൻ പറയാനും നിവൃത്തിയില്ല. ഡോക്ടറെ കണ്ടാലറിയില്ല. ഏതു ഒ പിയിൽ ചെല്ലണമെന്നറിയില്ല. ഫോൺ വിളിക്കാൻ പറയാൻ ശ്രീയേട്ടൻ ഒരിക്കലും 7 മണിക്ക് വീട്ടിൽ കാണാറില്ല. എന്തു ചെയ്യേണ്ടുവെന്ന വ്യഥയുമായി ദിവസങ്ങൾ തള്ളിനീക്കി. പലപ്പോഴും ശ്രീയേട്ടനോട് പറയാൻ തുടങ്ങിയതാണ്. പക്ഷേ, അതുവരെയുള്ള ഭാവം മാറുമെന്ന് പേടിച്ച് പറഞ്ഞില്ല. നിസ്സാരകാര്യങ്ങൾ പെരുപ്പിച്ച് കാണുന്ന എന്റെ സ്വഭാവവൈകല്യം കൊണ്ടുതന്നെ ശകാരം ഉറപ്പ്.

അന്നൊരു തിങ്കളാഴ്ച ദിവസമായിരുന്നു. സഹാദ്ധ്യാപികയായ അയിഷയുടെ ചേട്ടന്റെ മകൻ ബ്ലഡ് ക്യാൻസർ വന്ന് മരിച്ചിട്ട് അധിക ദിവസ

മായില്ല. ഉച്ചയ്ക്ക് ഊണ് കഴിക്കാൻ ഞാനും അയിഷയും മാത്രമേയു ണ്ടായിരുന്നുള്ളു. അയിഷ ഉമ്മയുടെയും ആ മോന്റെയും കാര്യം പറഞ്ഞു ഒത്തിരി കരഞ്ഞു. ഉമ്മ 8 വർഷം രോഗം ഒളിപ്പിച്ച് കൊണ്ടു നടന്നില്ലായി രുന്നുവെങ്കിൽ ഇന്നവരനുഭവിക്കുന്ന ശാരീരിക മാനസിക സാമ്പത്തിക ബുദ്ധിമുട്ടുകൾ ഇത്രത്തോളം രൂക്ഷമാകില്ലായിരുന്നു എന്നവൾ സങ്കട പ്പെട്ടു. ഞാനറിയാതെ എന്റെ കൈ ഇടതു മാറിലെ മുഴയിൽ സ്പർശിച്ചു. ഇനിയും ഒരുനിമിഷവും താമസിച്ചുകൂടാ എന്നു മനസ്സു പറഞ്ഞു. അയി ഷയുടെ വാപ്പയും സഹോദരങ്ങളും ഇന്നു ചിന്തിക്കുന്നതുപോലെ നാളെ എന്റെ പ്രിയപ്പെട്ടവർ ചിന്തിക്കാനിടവരരുത്.

ഇന്നുതന്നെ ഡോക്ടറെ വിളിക്കണം. ഏഴുമണി വരെ എങ്ങനെ കഴി ച്ചുകൂട്ടിയെന്നറിയില്ല. ഫോൺ ഡയൽ ചെയ്യാൻ നേരം കൈവിറച്ചു.

"ഹലോ"

അപ്പുറത്തുനിന്നും പുരുഷസ്വരം. ശരീരം വിറച്ചു. സംശയിച്ച് സംശ യിച്ച് ചോദിച്ചു.

"ഫസൽ മരയ്ക്കാർ ഡോക്ടറുടെ വീടല്ലേ?"

"അതെ"

"ഡോക്ടറുണ്ടോ"

"ഡോക്ടറാണ് സംസാരിക്കുന്നത്"

പിന്നൊന്നും പറയാൻ വയ്യ. അല്പസമയം കഴിഞ്ഞിട്ട് തുടർന്നു.

"ഞാൻ ഒരു ടീച്ചറാണ്. എന്റെ ഇടതുമാറിടത്തിൽ ഒരു മുഴയുണ്ട്"

"എത്ര നാളായി കണ്ടിട്ട്?"

"അഞ്ചു മാസം. ഒരു ഡോക്ടറെ കണ്ടിരുന്നു. ഒന്നുമില്ല എന്നു പറഞ്ഞു. ഇപ്പോൾ വളരുന്നുണ്ട്"

"വീട്ടിൽ വരൂ, നോക്കട്ടെ. അല്ലെങ്കിൽ ചൊവ്വാഴ്ച ഒ പിയിൽ വരൂ."

"ഒ പിയിൽ വരാൻ ഏതെങ്കിലും ഒരു ഡോക്ടർ റഫർ ചെയ്യണ്ടേ?"

"എങ്കിൽ വീട്ടിൽ വരൂ. 7 മണി മുതൽ ഞാൻ വീട്ടിൽ ഉണ്ടാവും. നാളെ വരൂ"

"ഞാൻ ഭർത്താവിനോട് പറഞ്ഞിട്ടില്ല. പറഞ്ഞിട്ട് ഒന്നു കൂടി വിളി ക്കാം."

"ഭർത്താവ് എന്തു ചെയ്യുന്നു?"

"കിളിമാനൂർ ടൗൺ യു പി എസിലെ അദ്ധ്യാപകനാണ്."

"ശരി, ആലോചിച്ചിട്ട് നാളെ വരൂ."

"നന്ദി"

ഫോൺ തഴെ വച്ചു. ശരീരം തണുത്ത് മരവിച്ചിരിക്കുന്നു. പകുതി ആശ്വാസമായി. വീട്ടിൽ ചെല്ലാൻ അനുവാദം കിട്ടി. ഇനി ശ്രീയേട്ടനോട് പറയണം. അദ്ദേഹം രാത്രി ഒമ്പതര കഴിഞ്ഞാണ് അന്ന് വന്നത്. അടുത്ത് ചെന്ന് പതുക്കെ പറഞ്ഞു.

"നാളെ നമുക്ക് മിനിയുടെ അമ്മയുടെ ഓപ്പറേഷൻ നടത്തിയ ഡോക്ടറെ കാണാൻ പോകണം."

“എന്തിന്?”

“മുഴ വലുതാകുന്നു.”

“അതു ശരി ഇതുവരെ അതു മനസ്സിലിട്ട് നീറ്റി നീറ്റി നടക്കുകയായിരുന്നല്ലേ?”

“ഒരു ഡോക്ടർ ഒന്നുമില്ലെന്ന് പറഞ്ഞതല്ലേ, അവർ ഗൈനക്കോളജിസ്റ്റല്ലേ.”

“ഈ ഡോക്ടർ ഇത്തരം കേസുകൾ ധാരാളം കൈകാര്യം ചെയ്യുന്ന ആളാണ്. ഞാനിന്ന് വിളിച്ചു. നാളെ ചെല്ലാൻ പറഞ്ഞു.”

“ആരാ, എവിടെയാ, എന്തിന്റെ ഡോക്ടറാ, എവിടെയാണ് വീട്?”

“ഉണ്ണി അനിയനോട് ചോദിച്ചാൽ മതി. അവനാ എന്നോട് ഡോക്ടറെപ്പറ്റിപ്പറഞ്ഞത്”

ഉടൻ അവനെ വിളിച്ചു. വിവരങ്ങളൊക്കെ ചോദിച്ചറിഞ്ഞു. പിറ്റേന്ന് ഡോക്ടറെ ഒന്നു കൂടി വിളിച്ചിട്ട് പോകാൻ തീരുമാനിച്ചു.

നാലാം ക്ലാസിന്റെ ഇംഗ്ലീഷ് കോഴ്സ് കിളിമാനൂർ ബി ആർ സിയിൽ വച്ച് നടക്കുന്ന ദിവസമായിരുന്നു അന്ന്. ഉള്ളിലെ കൊടുങ്കാറ്റിന്റെ അലകൾ മുഖത്തും പ്രകടമായിരുന്നു. സുലോചന ടീച്ചറും സുശീല ടീച്ചറും വിവരമന്വേഷിച്ചു. ആശ്വസിപ്പിച്ചു. അറം പറ്റിയ വാക്കുകൾ അറിയാതെ നാവിൽ നിന്നുമുതിർന്നു വീണു.

“എനിക്കിതു പോയാലും ഒന്നുമില്ല. വീട്ടുകാരെ കഷ്ടത്തിലാക്കാൻ ഇടവരുത്തരുതെന്നേയുള്ളു.”

“ഈ കൊച്ച് എന്തൊക്കെയാണ് പറയുന്നത്? ഒരു ചെറിയ ഓപ്പറേഷനിലൂടെ മാറ്റാവുന്നതേയുള്ളു. എത്ര പേർക്കിതു വന്നിരിക്കുന്നു.”

സുലോചന ടീച്ചർ പറഞ്ഞു. ടീച്ചർക്ക് അത്തരം ഓപ്പറേഷൻ കഴിഞ്ഞിട്ട് മൂന്ന് വർഷം കഴിഞ്ഞതേയുള്ളൂ. വീട്ടിലെത്തി വീടും പരിസരവും വൃത്തിയാക്കിയപ്പോഴേക്കും ശ്രീയേട്ടനുമെത്തി. കുളിച്ച് ഒരുങ്ങുന്നതിനിടെ മുൻ സഹപ്രവർത്തക ലാലി ടീച്ചർ വന്നു.

“എവിടെ പോകുന്നു?” വിവരം പറഞ്ഞു.

“പേടിക്കാനൊന്നുമില്ല. എന്റെ അനിയത്തിക്ക് വന്നിട്ടുണ്ട്. ഒരു ചെറിയ ഓപ്പറേഷൻ. അന്നു തന്നെ വിടും.” ടീച്ചറും പറഞ്ഞു.

ആശുപത്രിയിലേക്ക്

ഡോക്ടറുടെ വീട്ടിലെത്തി. രണ്ട് മെഡിക്കൽ റെപ്രസന്റേറ്റീവുകൾ പുറത്തുണ്ട്. അകത്ത് ഡോക്ടറുടേയും മറ്റൊരാളുടേയും സംസാരം കേൾക്കാം. അവർ ഇറങ്ങിയ ഉടൻ അകത്ത് കയറി. ശരീരമാകെ തണുത്ത് നാഡിമിടിപ്പ് കൂടി. വല്ലാത്ത ഒരവസ്ഥ. പ്രഷർ നോക്കി. വളരെ കൂടുതലാണെന്ന് പറഞ്ഞു. ഒത്തിരി ചോദ്യങ്ങൾ ചോദിച്ചു. മറുപടി പറഞ്ഞു കഴിഞ്ഞപ്പോൾ ടെൻഷന് തെല്ല് കുറവ് വന്നു. മുഴ പരിശോധിച്ചു. ഓപ്പറേഷൻ വേണമെന്ന് പറഞ്ഞു. മനസ്സിലെ ഭാരം ആ മുറിയിൽ ഇറക്കിവച്ചു. ഓപ്പറേഷനോടുകൂടി എല്ലാം ശരിയാവുമെന്നൊരു തോന്നൽ ഉണ്ടായി. ഡോക്ടറുടെ അടുത്തിരുന്നപ്പോൾ അമ്മയുടെ മടിയിൽ ഇരിക്കുന്ന കുഞ്ഞിന്റെ സുരക്ഷിതത്വബോധം, സന്തോഷം, ശാന്തത ഒക്കെയാണനുഭവപ്പെട്ടത്. അടുത്ത ആഴ്ച ഒ പിയിലെത്തിയാൽ നീഡിൽ ടെസ്റ്റ് നടത്താമെന്ന് പറഞ്ഞു. റിസൾട്ട് കിട്ടിയിട്ട് മതി ഓപ്പറേഷൻ.

ശാന്തമായ മനസ്സോടെ അവിടെ നിന്നുമിറങ്ങി. ചൊവ്വാഴ്ച കാത്തിരിക്കാൻ തുടങ്ങി. എത്രയും വേഗം മുഴ ശരീരത്തിൽനിന്നും മാറ്റണം. ആ ദിവസം എത്തിച്ചേർന്നു. രാവിലെ വീട്ടിൽ നിന്നുമിറങ്ങി. ഒരു മണിക്കൂർ ക്യൂവിൽനിന്ന് ഒ പി ടിക്കറ്റ് വാങ്ങി. ഒ പി റൂമിനു മുന്നിലും ഒരു മണിക്കൂർ നിന്നപ്പോൾ ഊഴമായി. അകത്തു നിറയെ ആൾക്കാർ. ഡോക്ടർ ഒരു സംഘം വിദ്യാർത്ഥികൾക്ക് നടുവിലാണ്. പ്രതീക്ഷകൾക്കുമപ്പുറമാണ് ആ മുറി. രണ്ടറ്റത്ത് രണ്ട് സ്ക്രീൻ വച്ച് മറച്ചിട്ടുണ്ട്. രോഗികളെ അതിനുള്ളിലെ ടേബിളിൽ കിടത്തി ഡോക്ടർ പരിശോധിക്കുന്നു. കൂട്ടത്തിൽ പഠിപ്പിക്കലും നടക്കുന്നു. വീട്ടിലെ കൺസൾട്ടിങ് റൂമിൽ വച്ച് കണ്ട ആളേ അല്ല. വീണ്ടും ടെൻഷൻ എന്നെ മൂടി. എന്നെ പരിശോധി

ക്കില്ല. വീട്ടിൽ വച്ചു നോക്കിയതല്ലേ. സമാധാനിക്കാൻ ശ്രമിച്ചു.

ഒരു ഡോക്ടർ കുട്ടി എന്റെ പേരു വിളിച്ചു വിവരങ്ങൾ തിരക്കി.

"സാർ ഒരു രോഗിയെ പരിശോധിക്കുകയാണ്. അതു കഴിഞ്ഞ് അവിടെ കിടക്കാം."

"സാർ നോക്കിയതാണ്."

"ഒന്നു കൂടി നോക്കും." ആകെ തളർന്നു. ഹൗസ് സർജൻ എന്റെ കേസ് സാറിനെ ഏല്പിച്ചു. "വരൂ, വന്നു കിടക്കൂ. ഒന്നു കൂടി നോക്കട്ടെ."

മടിച്ചു മടിച്ചു കിടന്നു. കുട്ടികൾ ചുറ്റും കൂടി. സാർ മുഴയുള്ളഭാഗം അമർത്തിക്കാട്ടി പഠിപ്പിക്കാൻ തുടങ്ങി. ഓരോരുത്തരോടും സ്പർശിച്ച് നോക്കാൻ പറഞ്ഞു. പെൺകുട്ടികളുടെ മുഖത്ത് നിറഞ്ഞ സന്തോഷ മാണ്. സാറിന്റെ പരിശോധന കഴിഞ്ഞ ഉടൻ ഞാൻ മുന്നേ ഞാൻ മുന്നേ എന്ന മട്ടിൽ കൈയുമായി രണ്ടു പെൺകുട്ടികൾ. അവരിലൊരാളുടെ കൈ പിടിച്ച് സാർ എന്റെ മാറിലെ മുഴയിലമർത്തി. This lump is more firm than the previous case. പഠനം തുടരുന്നു. എന്റെ ക്ലാസിലെ കുട്ടികൾക്ക് താല്പര്യമുള്ള വസ്തുക്കളോ ചിത്രങ്ങളോ കാട്ടിക്കൊടുത്ത് ഞാൻ പഠി പ്പിക്കുമ്പോൾ ആ കുഞ്ഞുങ്ങളുടെ മുഖത്ത് വിരിയുന്ന അതേ ഭാവങ്ങ ളാണ് ഈ ഹൗസ് സർജൻസിന്റെ മുഖത്തും വിരിയുന്നത്. ഒരു പഠനോ പകരണമായി ഈ ടേബിളിൽ ഇവരുടെ മുന്നിൽ എത്തിയല്ലോ? എന്ന് ഒരു നിമിഷം ചിന്തിച്ചു. എല്ലാ നിയന്ത്രണങ്ങളും പൊട്ടി. കണ്ണുനീർ രണ്ട് കണ്ണുകളിലൂടെയും ഒഴുകാൻ തുടങ്ങി. നിശ്ശബ്ദം കരയുകയാണ്. എത്ര ശ്രമിച്ചിട്ടും അതു തടഞ്ഞു നിർത്താനാവുന്നില്ല.

എല്ലാ കുട്ടികളും പരിശോധിച്ചു കഴിഞ്ഞപ്പോൾ സാർ കാര്യം തിരക്കി.

"ക്യാൻസർ ആണെന്ന് ഭയന്നിട്ടാണോ നിങ്ങൾ കരയുന്നത്? നിങ്ങ ളുടെ പ്രായത്തിൽ ക്യാൻസർ ആകാനുള്ള സാദ്ധ്യത വിരളമാണ്. പക്ഷേ, ഞങ്ങൾക്ക് ഉറപ്പിച്ച് പറയാൻ സാദ്ധ്യമല്ല. റിസൾട്ട് വരട്ടെ. ക്യാൻസറാ ണെങ്കിൽ മാറ് പൂർണ്ണമായും എടുത്തു മാറ്റും. അല്ലെങ്കിൽ മുഴയുള്ള ഭാഗം മാത്രം നീക്കും. ഭർത്താവ് നിങ്ങളെ ഉപേക്ഷിക്കുമെന്ന് പേടിയാണോ?. ഞാൻ ഭർത്താവിനോട് സംസാരിക്കട്ടെ" എന്നൊക്കെ പറഞ്ഞു.

"എന്തിനാണ് കരഞ്ഞതെന്ന കാര്യം പറയ്."

"ചുമ്മാ." മറുപടി നല്കി.

എന്റെ മനസ്സിലെ വിചാരങ്ങളെല്ലാം ആ ആൾക്കൂട്ടത്തിൽ പറയാൻ സാധിക്കുമോ. സാർ മാത്രമാണെങ്കിൽ പറയാം. അതാണ് ഒന്നുമില്ല. എന്ന് പറഞ്ഞത്.

"ഒന്നുമില്ലാതെ ആരും കരയില്ല. എങ്ങനെയുള്ളവരാ കാര്യമില്ലാതെ കരയുന്നതെന്നറിയാമോ." കുട്ടികൾ ചിരിച്ചു. എന്റെ ചുണ്ടിലും ചിരി വിരി ഞ്ഞു.

"ഇതാ ഇപ്പോൾ ചിരിക്കുന്നു. നേരത്തേ ചുമ്മാ കരഞ്ഞു. ഇപ്പോൾ ചുമ്മാ ചിരിക്കുന്നു. എഴുന്നേല്ക്കൂ." ശ്രീയേട്ടന്റെയരികിൽ ചെന്ന് സാർ കാര്യമൊക്കെ പറഞ്ഞു.

"രണ്ട് ദിവസം കഴിഞ്ഞ് റിസൾട്ട് കിട്ടും." ആദ്യം വിളിച്ച ആൺകുട്ടി നീഡിൽ ടെസ്റ്റ് നടത്താൻ എഴുതിത്തന്നു. സാറും കുട്ടികളും അടുത്ത രോഗിയെ പരിശോധിക്കാൻ തുടങ്ങിക്കഴിഞ്ഞു.

മുറിക്ക് പുറത്തിറങ്ങും വഴി ശ്രീയേട്ടൻ തിരക്കി. "അവരെല്ലാവരും കൂടി നിന്നെ കരയിച്ചോ?" ഒന്നും മിണ്ടാൻ പറ്റുന്ന സ്ഥിതിയിലായിരുന്നില്ല. ലാബിന് മുന്നിലെ കസേരയിലിരുന്ന് വിമ്മിക്കരയാൻ തുടങ്ങി. സാർ പറഞ്ഞ കാര്യങ്ങളൊക്കെ ശ്രീയേട്ടനെ ധരിപ്പിച്ചു.

"രോഗം വന്നാൽ ചികിത്സിക്കണം, കരയുകയല്ല വേണ്ടത്. ഇതൊന്നും ഗൗരവമുള്ള കാര്യമേ അല്ല. ഇത് മെഡിക്കൽ കോളേജ് ആശുപത്രിയാണ്. വരുന്ന രോഗികളെ വച്ചേ ഡോക്ടർക്ക് കുട്ടികളെ പഠിപ്പിക്കാനൊക്കൂ." കുറച്ചു നേരം കരഞ്ഞപ്പോൾ ശാന്തത ലഭിച്ചു. റിസൾട്ട് എന്തായാലും അതിനെ നേരിടാനുള്ള ധൈര്യം സംഭരിച്ചു.

റിസൾട്ട് വാങ്ങാൻ ശ്രീയേട്ടനാണ് പോയത്. റിസൾട്ടുമായി സാറിനെ കണ്ടു. വീണ്ടും ഒന്നു കൂടി എടുക്കണമെന്ന് പറഞ്ഞു. ആദ്യത്തേത് വ്യക്തമായില്ല. രണ്ടാമത്തെ ചൊവ്വാഴ്ച നീഡിൽ ടെസ്റ്റിന് ഒത്തിരിപ്പേരുണ്ടായിരുന്നു. കൂട്ടത്തിൽ ശ്രീയേട്ടന്റെ പഴയ ജയശ്രീയുടെ (വിവാഹം ഉറപ്പിച്ചിട്ട് വേണ്ടെന്ന് വച്ച) സ്കൂളിലെ ഒരു സാറും ഉണ്ടായിരുന്നു. ആ സാറും ഫസൽ സാറിന്റെ ഒരു രോഗിയാണ്. തൊണ്ടയിൽ മുഴയാണ് രോഗം. ആദ്യമായി നീഡിൽ ടെസ്റ്റിന് വന്ന ഒരു അമ്മയെയും ആർ സി സിയിലേക്ക് റഫർ ചെയ്ത ഒരു പെൺകുട്ടിയെയും ഞാൻ ആശ്വസിപ്പിച്ചു. അമ്മയുടെ കൂടെ വന്ന പെൺമക്കൾ എന്നോട് അസുഖവിവരം തിരക്കി. അസുഖം അറിഞ്ഞപ്പോൾ അവരുടെ ഒരു നാട്ടുകാരിക്ക് ഒരു സ്തനം മുഴുവനായി നീക്കിയ കാര്യം പറഞ്ഞു. "എന്തും ദൈവം നിശ്ചയിക്കുന്നതുപോലെ വരട്ടെ." ചിരിച്ചുകൊണ്ടു അവരോട് പറഞ്ഞു. റിസൾട്ടിൽ കുഴപ്പമൊന്നുമില്ലായിരുന്നു. റിസൾട്ട് കാണിക്കാൻ ഒ പിയിലെത്തി. സാർ ഒരു യൂറിൻ സ്റ്റോൺ രോഗിയെ പരിശോധിക്കുകയാണ്. രണ്ട് പ്രാവശ്യം ഓപ്പറേറ്റ് ചെയ്ത് കല്ല് മാറ്റിയിട്ടുണ്ട്. ഇപ്പോൾ മൂന്നാമതൊന്ന് വളർന്നിരിക്കുന്നു.

എക്സ്റേ നോക്കി ഓപ്പറേഷൻ വീണ്ടും വേണമെന്ന് സാർ പറഞ്ഞു. രോഗി മരുന്ന് മതിയെന്ന് ശഠിച്ചു. ഒത്തിരി നേരമെടുത്ത് സാർ രോഗിയെ ഓപ്പറേഷന്റെ അനിവാര്യത ബോദ്ധ്യപ്പെടുത്തി. വീട്ടിലെ കൺസൾട്ടിങ് റൂമിൽപ്പോലും ഇത്രസമയമെടുത്ത് ക്ഷമയോടെ ഒരു ഡോക്ടറും ഇങ്ങനെ രോഗികളുടെ മനസ്സറിഞ്ഞ് ദയവോടെ സംസാരിക്കില്ല.

ആ രോഗിയെ നോക്കിക്കഴിഞ്ഞ് ഞങ്ങൾ റിസൾട്ട് കാണിച്ചു.

“കുഴപ്പമില്ല. ശനിയാഴ്ച ബി തിയേറ്ററിൽ ഓപ്പറേഷന് തയ്യാറായി വന്നാൽ മതി. അന്ന് തന്നെ തിരിച്ച് പോകാം,” സാർ പറഞ്ഞു. അടുത്തു നിന്ന ഹൗസ് സർജ്ജൻ ഒ പി ടിക്കറ്റിൽ കുറിച്ചു തന്നു. ഓപ്പറേഷനു വേണ്ട ഒരുക്കങ്ങളൊക്കെ നടത്തി. വിശ്രമിക്കുമ്പോൾ വായിക്കാൻ സ്കൂൾ ലൈബ്രറിയിൽനിന്നും മാധവിക്കുട്ടിയുടെയും പി വത്സലയുടെയും പത്മനാഭന്റെയും ടോൾസ്റ്റോയിയുടെയുമൊക്കെ പുസ്തകങ്ങൾ എടുത്തു.

വെള്ളിയാഴ്ച പതിവുപോലെ കുട്ടികൾ “ഗുഡ് ബൈ ടീച്ചർ” പറഞ്ഞപ്പോൾ കണ്ണുകൾ നിറഞ്ഞു. ഇവരെ ഇനി എന്ന് കാണാൻ പറ്റും? എന്നൊരു തോന്നൽ പെട്ടെന്നുണ്ടായി. “ഗുഡ്ബൈ ചിൽഡ്രൻ” ഇതൊരു പക്ഷേ, ഒടുക്കത്തേതാവുമോ?

ഓപ്പറേഷൻ തിയേറ്റർ

ശനിയാഴ്ച രാവിലെ 8 മണിക്ക് ബി തിയേറ്ററിനുള്ളിൽ കയറി. ശ്രീയേട്ടൻ ഡ്രസ് വാങ്ങിത്തന്നു. അകത്ത് ഒരു മൂലയിൽനിന്ന് ധരിക്കാൻ നഴ്സിന്റെ അനുമതി വാങ്ങി.

“ആരാണ് പേഷ്യന്റ്”

“ഞാൻ തന്നെ.” അവർ അത്ഭുതത്തോടെ മുഖത്ത് നോക്കി.

കുളിച്ച് നെറ്റിയിൽ വലിയ പൊട്ടും കുറിയും സീമന്തരേഖയിൽ സിന്ദൂരവുമായി നില്ക്കുന്ന എന്റെ രൂപം അവരുടെ (സങ്കല്പത്തിലെ) പരിചയത്തിലെ രോഗിക്കില്ലായിരിക്കാം. കുറച്ചുള്ളിലെ ഒരു മുറി കാണിച്ചുതന്ന് അതിനുള്ളിലിരിക്കാൻ പറഞ്ഞു. മുറിക്കുള്ളിൽ. വല്ലാത്ത തണുപ്പ്. നേർത്ത ഒറ്റമുണ്ടും രണ്ട് വള്ളികൾ കൊണ്ട് കൂട്ടിക്കെട്ടിയ ബ്ലൗസും മാത്രമാണ് വേഷം. ചുറ്റും കണ്ണോടിച്ചു. നാല് ബെഡുകളും ഒരു സെറ്റിയുമുണ്ട്. രണ്ടാണുങ്ങൾ, ഒന്ന് ഒരു പയ്യൻ. മറ്റേയാൾക്ക് 45 വയസ്സോളം പ്രായം വരും. സ്ത്രീകൾ ആരും ഇല്ല. അല്പം ഭയം തോന്നി. മദ്ധ്യവയസ്കനെ അകത്തേക്ക് വിളിച്ചു. കുറച്ച് കഴിഞ്ഞപ്പോൾ പയ്യനെയും. രണ്ടു വശവും മുടി പിന്നിയിട്ട രണ്ട് പെൺകുട്ടികൾ വന്നു. സമാധാനമായി. സംസാരിക്കാൻ ആളായല്ലോ. രണ്ടു പേർക്കും തൊണ്ടയിൽ മുഴയാണ്. പോത്തൻകോട് കാരാണ്. “ശിവപ്രസാദ് ഡോക്ടറാണ് ഓപ്പറേറ്റ് ചെയ്യുന്നത്.” അവർ പറഞ്ഞു. എന്റെ വിവരങ്ങളും കൈമാറി. അല്പം കൂടി കഴിഞ്ഞപ്പോൾ വെളുത്ത് സുന്ദരിയായ മറ്റൊരു പെൺകുട്ടി കൂടി വന്നു, ആശ. ആ കുട്ടിയും പോത്തൻകോട്ടുകാരി. രണ്ട് മാറിലും മുഴ. വിശന്നും തണുത്ത് വിറച്ചും പേടിച്ചും എപ്പോഴാണ് വിളിക്കുന്നതെന്നോർത്തും സമയം തള്ളി നീക്കി. അറവുമാടിന്റെ മാനസികാവസ്ഥ. എത്ര മണിയായെന്നറിയാൻ ഒരു മാർഗ്ഗവുമില്ല. ആഭരണങ്ങളും വാച്ചുമൊക്കെ തിയേറ്ററിൽ കയറും

മുമ്പേ ഊരണം.

അറുപത് വയസ്സ് പ്രായം വരുന്ന ഒരു വല്യമ്മ (മാധവിയമ്മ) വന്നു.

"ലാ വശത്ത് മുഴ." അവർ പറഞ്ഞു

"ഫസൽ മരയ്ക്കാർ ഡോക്ടറാണ്. കൈക്കൂലിയൊന്നും മേടിക്കില്ല. ഇതു മൂന്നാമത്തെ ദിവസമാണ് ഞാൻ വരുന്നത്. രണ്ടു ദിവസവും പഞ്ചാരയും പ്രഷറും കൂടുതലാണെന്ന് പറഞ്ഞു തിരികെ വിട്ടു."

കഴുത്തിൽ രുദ്രാക്ഷമാലയിട്ട കറുത്ത ചെറുപ്പക്കാരനായ ഒരു ഡോക്ടർ വന്നപ്പോൾ പെൺകുട്ടികൾ മൂന്നുപേരും ചിരിച്ചു. അവരുടെ ശിവപ്രസാദ് ഡോക്ടറാണ്. ആദ്യം വന്നവരിലൊരാൾക്ക് ഇൻജക്ഷൻ നല്കി. സ്ട്രെച്ചർ കൊണ്ടു വന്നു. അതിൽ കയറിക്കിടക്കാൻ ഡോക്ടർ സഹായിച്ചു. ഡോക്ടർ തന്നെ വലിച്ചുകൊണ്ട് ഓപ്പറേഷൻ തീയേറ്ററിലേക്ക് പോയി.

ഫസൽ സാർ വന്നില്ലേ? സംശയമായി. സംസാരമൊന്നും കേൾക്കുന്നില്ല. ആളെ കാണാനുമില്ല. ഇതിനിടയിൽ ഒരു പെൺകുട്ടിയെയും ആദ്യം കണ്ട മനുഷ്യനെയും ഓപ്പറേഷൻ കഴിഞ്ഞ് സ്ട്രെച്ചറിൽ കൊണ്ട് വന്ന് റൂമിൽ കിടത്തി. രണ്ടു പേർക്കും ബോധമില്ല. ചില കൊച്ചു ഡോക്ടർമാർ വന്ന് അവരെ പരിശോധിക്കുന്നു. വല്ലാത്ത അവസ്ഥ. ഒന്നു വിളിച്ചിരുന്നെങ്കിൽ. വല്യമ്മയുടെ അടുത്തു ചെന്ന് റിക്കാർഡുകൾ ഒക്കെ വാങ്ങി കൊച്ചു ഡോക്ടർമാർ നോക്കി. പ്രഷർ നോക്കി. അനസ്തേഷ്യ ഡോക്ടറെ കൂട്ടിക്കൊണ്ട് വന്നു. ഒത്തിരിപ്പേർ മാറിമാറി നോക്കിയിട്ട് വാർഡിൽ തിരിച്ച് പൊയ്ക്കൊള്ളാൻ പറഞ്ഞു. അവർ കൂട്ടാക്കിയില്ല. ദേഷ്യപ്പെട്ട് അവിടെത്തന്നെ ഇരുന്നു.

ഒരു കൊച്ചു ഡോക്ടർ എന്റെ സമീപത്തുകൂടിപ്പോയി. എഴുന്നേറ്റ് ഒ പി ടിക്കറ്റ് കാണിച്ചു. നോക്കിയിട്ട് ഇരിക്കാൻ പറഞ്ഞു. അല്പം കഴിഞ്ഞ് അകത്തേക്ക് കൂട്ടിക്കൊണ്ട് പോയി. ഓപ്പറേഷൻ ടേബിളിൽ കിടന്നുകൊണ്ട് സാറിനെ പരതി നോക്കി. എങ്ങും കണ്ടില്ല. ലൈറ്റിട്ടു. മറ്റൊരു പയ്യനും എന്നെ കൂട്ടിക്കൊണ്ടു വന്ന ആളും മാത്രം. ഉടുപ്പ് ഊരി മുഴയുള്ള ഭാഗത്ത് മരുന്നു തേച്ചു. ഇവർ ഹൗസ് സർജൻസ് ആയിരിക്കുമോ? സാർ ഇന്ന് വന്നില്ലേ?. ഞാനെന്തു ചെയ്യും? ഭാവം കണ്ടിട്ടാണോ, അവർ ചോദിച്ചു. "ജയന്തിക്ക് പേടിയാണോ?. പേടിക്കയൊന്നും വേണ്ട കേട്ടോ. ഒരിൻജക്ഷൻ തരാം. വേദനയെടുക്കില്ല."

മടിച്ച് മടിച്ച് ചോദിച്ചു, "ഫസൽ മരയ്ക്കാർ ഡോക്ടർ വന്നില്ലേ?"

"വന്നു, ഡോക്ടർ മറ്റൊരു ഓപ്പറേഷൻ നടത്തുകയാണ്. എന്താ സാർ വരണോ?"

ഒന്നും മിണ്ടിയില്ല. മുഖം വിളറി.

"ഞങ്ങൾ ചെയ്താലും സാർ ചെയ്യുന്ന പോലെ തന്നെ. ചെയ്യട്ടെ.

എന്തെങ്കിലും പറയണം. സാർ വന്നിട്ട് മതിയെങ്കിൽ കുറച്ച് കാത്തിരിക്കണം. ഞങ്ങൾക്ക് വേറെ ഓപ്പറേഷൻ ഉള്ളതാണ്."

"to be or not to be, that is the question" ഹാംലെറ്റിന്റെ അവസ്ഥ

പോലെയായി. എന്തു പറയണമെന്നറിയില്ല. ചോദ്യം ആവർത്തിക്കുകയാണവർ.

എങ്ങനെയോ അപ്പോൾ "സാർ വന്നിട്ട് മതി" എന്ന വാക്കുകൾ പുറത്തേക്ക് വന്നു.

"എഴുന്നേല്ക്കൂ."

അവരുടെ രണ്ടു പേരുടെയും മുഖത്തേക്ക് നോക്കാൻ പേടിയായി. ദേഷ്യം വന്ന മട്ടുണ്ട്. കുറ്റബോധം വല്ലാതെ വിഷമിപ്പിച്ചു.

"സോറി ഡോക്ടർ." അർത്ഥമില്ലാത്ത ക്ഷമ പറച്ചിലായി അവർക്ക് തോന്നിയോ എന്തോ.

"സോറി പറയേണ്ട കാര്യമൊന്നുമില്ല." എന്നു പറഞ്ഞെങ്കിലും കൂട്ടത്തിൽ പ്രായമുള്ള ആളിന്റെ മുഖത്ത് രസക്കേട് സ്പഷ്ടം.

ഊഴം കാത്തിരുന്ന മുറിയിൽ തിരിച്ചെത്തിയപ്പോൾ എന്താ ഇത്ര പെട്ടെന്ന് തിരിച്ചെത്തിയതെന്ന് മറ്റുള്ളവർ തിരക്കി. ഞാൻ കണ്ട ഡോക്ടർ വരാൻ കുറച്ച് സമയമെടുക്കും. എങ്ങനെയോ പറഞ്ഞൊപ്പിച്ചു.

അപ്പോഴേക്കും സാറിന്റെ ശബ്ദം കേട്ടു. പതിവുപോലെ കുട്ടികളെ പഠിപ്പിക്കുകയാണ്. പേടിയും സങ്കടവും കുറ്റബോധവും ഒക്കെക്കൊണ്ട് ... ശരീരം തളരുന്നുവെന്ന് തോന്നി. മാധവിയമ്മയുടെ അരികിലിരുന്നു.

എന്നെ ഓപ്പറേഷൻ ചെയ്യാൻ തുടങ്ങിയ ഡോക്ടർ, സാറിന്റെ ശബ്ദം കേട്ട സ്ഥലത്തേക്ക് പോകുന്നത് കണ്ട് ചെവി വട്ടം പിടിച്ചു.

"ഞാൻ നോക്കട്ടെ" സാർ മുറിയിലേക്ക് വന്നു. ഏഴെട്ട് കുട്ടികൾ പിന്നാലെയുണ്ട്. അവരെല്ലാം പച്ച പാന്റ്സും കോട്ടും ധരിച്ചിരിക്കുന്നു. സാർ ഇളം നീല നിറത്തിലുള്ള വേഷവും. പേടിച്ച് പേടിച്ച് എഴുന്നേറ്റു. സാർ മാധവിയമ്മയുടെ അരികിലിരുന്നു. ഡോക്ടറെ കാണാതെ വാർഡിൽ തിരിച്ചു പോകില്ലെന്ന് വാശിപിടിച്ച് ദേഷ്യപ്പെട്ടിരിക്കുകയായിരുന്നു അവർ. അമ്മയുടെ അരികിൽ മകൻ ഇരിക്കുന്നതുപോലെ ഇരുന്നിട്ട് ശാന്തനായി ചോദിച്ചു.

"ഞാൻ വന്നു സാഷ്ടാംഗം കാലിൽ വീണാലേ പോകൂ എന്ന് കേട്ടു. അതിനാണ് ഞാൻ വന്നത്."

"എന്നെ ഇന്ന് ഓപ്പറേഷൻ ചെയ്യണം."

"അമ്മയ്ക്ക് പ്രഷർ ഒരുപാട് കൂടുതലാണ്. അനസ്തേഷ്യ ഡോക്ടറുടെ അനുവാദം കിട്ടിയാലെ എനിക്കിപ്പോൾ ഓപ്പറേഷൻ ചെയ്യാൻ പറ്റൂ."

"എങ്കിൽ ഞാൻ വീട്ടിൽ പോകട്ടെ?"

"ഓപ്പറേഷൻ കഴിഞ്ഞിട്ട് പോകാം."

"എന്ന് ഓപ്പറേഷൻ നടത്തും?"

ഇരുപത് മിനിട്ടോളം അവരുടെ അടുത്തിരുന്നു അവരുടെ ചോദ്യങ്ങൾക്കൊക്കെ സാർ വിനയത്തോടെ, ക്ഷമയോടെ തൃപ്തമായ മറുപടി നല്കി. വളരെ താമസിയാതെ പ്രഷറും ഷുഗറുമൊക്കെ മരുന്നുകൾ നല്കി കുറച്ച് ഓപ്പറേഷൻ നടത്താമെന്ന് ഡോക്ടർ ഉറപ്പ് നല്കി.

"ഞങ്ങളൊക്കെ ഞങ്ങളാൽ കഴിയുന്നത് ചെയ്യും. ബാക്കിയെല്ലാം

ദൈവത്തിന്റെ കൈയിലാണ്.'' എന്ന് പറഞ്ഞ് അവസാനിപ്പിച്ചു. ആ വല്യമ്മ ശാന്തയായി വാർഡിൽ പോകുന്നത് നോക്കിയ ശേഷം എന്നെ ഓപ്പറേഷൻ ടേബിളിനരികിലേക്ക് കൂട്ടിക്കൊണ്ട് പോയി. പേടിയും കുറ്റബോധവും ഒക്കെക്കൂടി വല്ലാത്ത അവസ്ഥയിലായിരുന്നു ഞാൻ. സാറിന്റെ സാന്നിദ്ധ്യം ധൈര്യം നല്കി. ഓപ്പറേഷൻ തുടങ്ങും മുമ്പ് പതിവുപോലെ പഠിപ്പിക്കൽ നടന്നു.

കീറിമുറിക്കുന്ന ഭാഗം മാത്രം മരവിപ്പിക്കാൻ കുത്തിവെയ്പ്പ് നടത്തിയെങ്കിലും ഇടയ്ക്കിടെ വേദനിച്ചു. ഓപ്പറേഷൻ ചെയ്യുന്ന ഡോക്ടർ ഇടയ്ക്കിടെ മൂളിപ്പാട്ട് പാടി. സഹായിയോട് അവർ നടത്തിയ ഉല്ലാസയാത്രയെക്കുറിച്ച് തിരക്കി. അവരുടെ ലാഘവഭാവം എന്റെ ടെൻഷനും അല്പം കുറച്ചു. ''ഓ ഫൈബ്രേഴ്സ്'' ഇടയ്ക്ക് ഡോക്ടർ പറഞ്ഞു.

ഓപ്പറേഷൻ കഴിഞ്ഞ് സ്റ്റിച്ചിട്ടപ്പോൾ നന്നായി വേദനിച്ചെങ്കിലും പുറമെ അതു ഭാവിച്ചില്ല. കണ്ണിലെ കെട്ടഴിച്ചപ്പോൾ അരികിൽ ആദ്യം ഓപ്പറേഷൻ നടത്താൻ ശ്രമിച്ചവർ മാത്രം. ചൊവ്വാഴ്ച 11.30 ന് ഒ പിയിൽ വരാൻ പറഞ്ഞു. നന്നായി ബാൻഡേജ് ഉപയോഗിച്ച് ഡ്രസ് ചെയ്തു. എഴുന്നേറ്റപ്പോൾ പ്രായം കുറഞ്ഞ ആൾ ചോദിച്ചു. ''ജയന്തിയുടെ പേടിയൊക്കെ മാറിയോ.''

ചിരിച്ചുകൊണ്ട് തലയാട്ടിയപ്പോൾ അടുത്ത കമന്റ്. ''ഇനിയും മുഴ വരുത്തി ഓപ്പറേഷൻ ചെയ്യാം അല്ലേ?'' ആ വാക്കുകൾ അറം പറ്റുമെന്ന് പറഞ്ഞ ഡോക്ടറോ ഞാനോ അപ്പോൾ കരുതിയില്ല.

''ഒ പിയിൽ വന്ന് എന്നെ കണ്ടാൽ മതി. ഡോ. ശങ്കർ ആണ് ഞാൻ.'' കൊച്ചു ഡോക്ടർ ഓർമ്മിപ്പിച്ചു. നടക്കാൻ സഹായിച്ചു. ആദ്യമിരുന്ന മുറിയിലെത്തി. ഒ പി ടിക്കറ്റിൽ കഴിക്കാനുള്ള മരുന്നുകൾ എഴുതിത്തന്നു.

എന്റെ നില്പും ഭാവവുമൊക്കെ കണ്ടപ്പോൾ ഊഴം കാത്തിരിക്കുന്നവർക്ക് ഓപ്പറേഷൻ കഴിഞ്ഞില്ലേയെന്ന് സംശയം. തൊണ്ടയിൽ മുഴയുള്ള കുട്ടി കിടക്കാൻ സൗകര്യം ഒരുക്കിത്തന്നു. കൂട്ടത്തിൽ കുറെ ഉപദേശങ്ങളും. ഉച്ചത്തിൽ സംസാരിക്കരുത്. എഴുന്നേറ്റ് നടക്കരുത്... അങ്ങനെ. തലയാട്ടി സമ്മതിച്ചു.

ഒരു പതിനഞ്ച് മിനിട്ട് കഴിഞ്ഞുകാണും ചുറ്റും പ്രകാശം പരത്തി സാറും കുട്ടികളും അവിടെയെത്തി. എഴുന്നേറ്റ് ഒ പി ടിക്കറ്റ് സാറിനെ കാണിച്ചു. വായിച്ചിട്ട് പറഞ്ഞു

''ആംപിസിലിൻ മുറിവ് ഉണങ്ങാനാണ്. A-Z വിറ്റാമിൻ ഗുളികയാണ്. മൂന്നാമത് എഴുതിയിരിക്കുന്നത് വേദനയ്ക്കുള്ളതാണ്. വേദന ഉണ്ടെങ്കിൽ മാത്രം കഴിച്ചാൽ മതി.'' കൂട്ടത്തിൽ ശങ്കർ ഡോക്ടറെ കളിയാക്കുകയും ചെയ്തു. ''A മുതൽ Z വരെ എല്ലാ വിറ്റാമിനുകളും ഇതിൽ ഉണ്ടോടേ.'' എല്ലാവരും ചിരിച്ചു.

''ഞാൻ പോട്ടെ.''

''പോകണമെങ്കിൽ പൊയ്ക്കോളൂ, അതല്ല ഇവിടെ ഇരിക്കണമെന്നാണെങ്കിൽ ചുമ്മാ ഇരുന്നുകൊള്ളൂ. വേണമെങ്കിൽ ഈ പുസ്തകവും വായി

ച്ചുകൊള്ളൂ.'' ഞാൻ കിടന്ന കട്ടിലിലിരുന്ന പുസ്തകം അപ്പോഴാണ് ശ്രദ്ധിച്ചത്. കൈയിലെടുത്തപ്പോൾ ശങ്കർ ഡോക്ടർ പറഞ്ഞു.

"സാറെഴുതിയതാണ്.''

സാർ പുസ്തകം എഴുതാനും സമയം കണ്ടെത്തിയെന്നോ?. അത്ഭുതം തോന്നി. വളരെ പതുക്കെ നടന്ന് ആ തീയേറ്ററിന്റെ വാതിലിനരികിലെത്തി. വാതിൽ തുറന്ന് അമ്മയെ അകത്തു വിളിച്ചു. ഓപ്പറേഷൻ വസ്ത്രങ്ങൾക്ക് മീതെ മാക്സി ധരിച്ചു. പുറത്തിറങ്ങിയപ്പോൾ ശ്രീയേട്ടൻ ഓടി വന്ന് താങ്ങി. ലിഫ്റ്റിൽ താഴെ ഇറങ്ങി. നീതി മെഡിക്കൽ സ്റ്റോറിൽനിന്ന് മരുന്ന് വാങ്ങാൻ ഒരു മണിക്കൂർ കാത്തു നില്ക്കേണ്ടിവന്നു. അത്രയും സമയം കാറിലിരുന്നു മയങ്ങി.

വീട്ടിൽ വിശ്രമിക്കുമ്പോൾ അസുഖവിവരം തിരക്കാൻ ഒത്തിരിപ്പേർ വന്നു. അമ്മ വല്ലാതെ കഷ്ടപ്പെട്ടു. അമ്മ വല്ലായ്മകൾ പുറത്തു കാണിക്കാറില്ലല്ലോ. ചൊവ്വാഴ്ച ഒ പിയിൽ ചെന്നു. തിരക്ക് കുറഞ്ഞ സമയമാണെങ്കിലും കുറെ രോഗികൾ ഉണ്ടായിരുന്നു. കണ്ട ഉടനെ ഓപ്പറേഷൻ ചെയ്ത ഡോക്ടർ ചിരിയോടെ വിളിച്ചു. താഴെ കാഷ്വാലിറ്റിയിലെ തിയേറ്ററിൽ ചെല്ലാൻ പറഞ്ഞു. സാറിനെയും കുട്ടികളെയും നോക്കി. അവർ തിരക്കിലാണ്.

കാഷ്വാലിറ്റിയിൽ ചെന്നപ്പോഴേക്കും ഡോക്ടറുമെത്തി. സ്നേഹത്തോടെയും ദയയോടെയും പെരുമാറി. സ്റ്റിച്ച് ലോക്കൽ ആശുപത്രിയിൽ പോയെടുത്താൽ മതിയെന്ന് പറഞ്ഞു. ശ്രീയേട്ടനെ വിളിച്ചു പാത്തോളജിയിൽ പോയി റിസൾട്ട് വാങ്ങിക്കൊണ്ട് വരാൻ കുറിപ്പെഴുതിക്കൊടുത്തു. പതിനഞ്ച് മിനിട്ടിനകം എല്ലാം കഴിഞ്ഞു. അസിസ്റ്റന്റ് സർജനായ ഡോക്ടർ രാധാകൃഷ്ണനാണ് അദ്ദേഹം എന്ന് കുറിപ്പിൽനിന്നും മനസ്സിലായി.

പുറത്ത് വന്നപ്പോൾ റീത്തയും ഭർത്താവ് ഷൺസാറും അകത്തേക്ക് പാഞ്ഞു പോകുന്നു. അമ്മയെ പിന്നാലെ വിട്ടു. എന്നെ കാണാൻ വന്നതു തന്നെ. കാർഡ്രൈവർ ബാബു പരിചയത്തിലെ ഒരാളെക്കാണാൻ ജി ജി ആശുപത്രിയിൽ പോയിരുന്നു. വരാൻ താമസിച്ചു. അത്രയും സമയം റീത്തയുമായി സംസാരിച്ചു നിന്നു.

പുല്ലയിൽ എൽ പി എസിൽ പഠിക്കുന്ന അപർണ്ണയുടെ അമ്മ രമയുടെ മാറ് നീക്കം ചെയ്ത വിവരം ഓമന ടീച്ചർ പറഞ്ഞു. എന്റെ റിസൾട്ടിനെക്കുറിച്ച് വേവലാതി തുടങ്ങി. ഒരു ദിവസം സ്വപ്നം കണ്ടു. ഞാനും രമയും ഒരേ ബെഡിൽ ആശുപത്രിയിൽ കിടക്കുന്നുവെന്ന്.

സ്കൂളിൽ നിന്നുമെടുത്ത പുസ്തകങ്ങൾ പകൽ സമയങ്ങളിൽ കൂട്ടുകാരായി. മാധവിക്കുട്ടിയുടെ *എന്റെ കഥ*യിൽ അവർ ഒത്തിരിപ്രാവശ്യം രോഗബാധിതയായി ഓപ്പറേഷന് വിധേയമായ സംഭവങ്ങൾ വിവരിക്കുന്നുണ്ട്. അവരുടെ അപ്പോഴത്തെ മാനസികാവസ്ഥ, അത് തരണം ചെയ്ത രീതി ഒക്കെ. ടോൾസ്റ്റോയിയുടെ കഥകളിലും ചെറുകാടിന്റെ കഥകളിലും വത്സലയുടെ *ആഗ്നേയ*ത്തിലും പത്മനാഭന്റെ *ഗൗരി*യിലും

മറ്റും മനുഷ്യരുടെ പല തരത്തിലുള്ള ദുരിതങ്ങൾ വരച്ചുകാണിച്ചിരിക്കുന്നു. അതെല്ലാം വായിച്ചപ്പോൾ ലോകത്ത് ദുഃഖം അനുഭവിക്കുന്നവരാണ് കൂടുതലെന്ന തോന്നൽ ബലപ്പെട്ടു. ജീവിതത്തിൽ എന്ത് ദുരിതങ്ങൾ വന്നാലും അത് തരണം ചെയ്യാനുള്ള ധൈര്യം സ്വയം സംഭരിക്കണമെന്ന തോന്നലുണ്ടായി. വരാനിരിക്കുന്ന പരീക്ഷണദിനങ്ങളെ നേരിടാനുള്ള ധൈര്യത്തിന്റെ ഒരംശം ഈ വായനയിലൂടെ ലഭിച്ചു.

അപ്രിയ സത്യം

സെപ്തംബർ 5 ചൊവ്വാഴ്ച രാവിലെ ശ്രീയേട്ടൻ ആശുപത്രിയിൽ റിസൾട്ട് വാങ്ങാൻ പോയി. മടങ്ങിയെത്തും വരെ റിസൾട്ടിനെക്കുറിച്ചായി ആലോചന. ഗേറ്റ് തുറക്കുന്ന ശബ്ദം കേട്ടപ്പോൾ എഴുന്നേറ്റ് വാതിൽ തുറന്നു. "കുഴപ്പമൊന്നുമില്ലല്ലോ അല്ലേ."

മുഖം വല്ലാതിരിക്കുന്നു. "പറയാം, റിസൾട്ട് കിട്ടാൻ വൈകി. ഞാൻ ചെന്നപ്പോൾ ഒ പിയിൽ നിന്നെല്ലാവരും പോയി. ഫോണിൽ കൂടി ഡോക്ടറെ റിസൾട്ട് വായിച്ചു കേൾപ്പിച്ചു. ഇത്തിരി കുഴപ്പമുണ്ട്. മാറ് മുറിച്ചുമാറ്റണം. നമുക്ക് ഉടനെ ആശുപത്രിയിൽ പോകണം. ഇന്ന് അഡ്മിറ്റ് ചെയ്യും. വ്യാഴാഴ്ച ഓപ്പറേഷൻ." ആദ്യം പറഞ്ഞതേ നേരെ കേട്ടുള്ളൂ. ബാക്കിയെല്ലാം അർദ്ധബോധാവസ്ഥയിൽ കേൾക്കുകയാണ്. കരച്ചിലടക്കാൻ സാധിച്ചില്ല. കണ്ണുനീർ പെട്ടെന്ന് തന്നെ നിയന്ത്രിച്ചു. ശ്രീയേട്ടൻ ഊണ് കഴിച്ചിട്ടുണ്ടാവില്ല. വേഗം ഊണ് വിളമ്പിക്കൊടുത്തു. അടുത്തിരുന്നു. ഇനി ചിലപ്പോൾ ഊട്ടാൻ കഴിഞ്ഞില്ലെങ്കിലോ? കഴിച്ചെന്ന് വരുത്തി എഴുന്നേറ്റു. പാത്രങ്ങൾ കഴുകുമ്പോൾ നിശ്ശബ്ദം കരയുകയായിരുന്നു. കണ്ണുനീർ ശ്രീയേട്ടനിൽ നിന്നുമൊളിപ്പിക്കാൻ പാടുപെടുകയായിരുന്നു. കഴിഞ്ഞില്ല. അമ്മയെ വിളിച്ച് കാര്യങ്ങൾ പറഞ്ഞു. ഉണ്ണി അനിയനെയും വിവരം അറിയിച്ചു.

"എനിക്ക് നിന്റെ ജീവൻ മാത്രം മതി. ഇനി വച്ച് താമസിപ്പിച്ചാൽ ശരിയാകില്ല." ശ്രീയേട്ടൻ വണ്ടി വിളിക്കാൻ പോയി.

വിവരമറിഞ്ഞ് അയലത്തെ ലതടീച്ചറും എന്റെ സഹപ്രവർത്തക ഓമന ടീച്ചറുമെത്തി. സുശീല ടീച്ചറും ലേഖയും വന്നപ്പോഴാണറിഞ്ഞത്. അവരെല്ലാവരും കൂടി കൊണ്ടുപോകേണ്ട സാധനങ്ങളൊക്കെ എടുത്തു വച്ചു. കുളിച്ച് ഒരുങ്ങി. നെറ്റിയിൽ വലിയ പൊട്ടും സീമന്തരേഖയിൽ

സിന്ദൂരവുമിട്ടു. ഓപ്പറേഷൻ അല്ലേ. എന്തും സംഭവിക്കാമല്ലോ. ഇതായിരുന്നു ചിന്ത. കുറിയിടാൻ സുശീല ടീച്ചർ സമ്മതിച്ചില്ല. മതി ഒരുക്കം എന്നു പറഞ്ഞു ശാസിച്ചു. എല്ലാവരുടെ കണ്ണുകളിലും കണ്ണുനീരിന്റെ തിളക്കം. നിറഞ്ഞ ചിരിയോടെ അടുത്തുനിന്ന മോനെ നോക്കിയപ്പോൾ സങ്കടം പൊട്ടി. ഇവന്റെ കാര്യങ്ങൾ ആര് നോക്കും. അവന് വലിയ സന്തോഷം. കുറച്ച് ദിവസത്തേക്ക് അമ്മയുടെ വഴക്ക് കേൾക്കണ്ട. നിയന്ത്രണങ്ങളില്ല. ഇന്ന് ഓമനടീച്ചറിന്റെ വീട്ടിൽ കിടക്കാമെന്ന് ടീച്ചർ അവനോട് പറഞ്ഞു. അപ്പോഴേക്കും കാറുമായി ശ്രീയേട്ടനെത്തി. വീടും പരിസരവും ഒന്നു കണ്ണോടിച്ചു. എല്ലാവരോടും യാത്ര പറഞ്ഞു. “പോട്ടെ.”

“പോയിട്ട് വരട്ടെ എന്ന് പറയ്,” ടീച്ചർ തിരുത്തി.

പോകുന്ന വഴി ശ്രീയേട്ടനോട് പറഞ്ഞു. “നമുക്ക് സാറിനെ കണ്ടിട്ട് ആശുപത്രിയിൽ പോയാൽ മതി. 8 മണിക്കേ രാധാകൃഷ്ണൻ സാർ കാഷ്വാലിറ്റിയിൽ എത്തുകയുള്ളൂ.” ശ്രീയേട്ടൻ സമ്മതിച്ചു.

7 മണിക്ക് സാറിന്റെ വീട്ടിലെത്തി. സുലോചന ടീച്ചറിന്റെ ബന്ധുക്കളായ ത്രീസയും രതീഷും അവിടെ ഉണ്ടായിരുന്നു. മാറിലെ മുഴ കാണിക്കാൻ വന്നതാണ് അവർ. പരസ്പരം വിവരങ്ങൾ കൈമാറി. ഞങ്ങളുടെ ഊഴമെത്തി. റിസൾട്ട് കാണിച്ചു. വായിച്ചിട്ട് ഒത്തിരി നേരം ഒന്നും മിണ്ടാതിരുന്നു. എന്നെ നോക്കി. രൂപവും ഭാവവും കണ്ടിട്ട് ശ്രീയേട്ടനോട് ചോദിച്ചു,

“വിവരം പറഞ്ഞില്ലേ?”

“പറഞ്ഞു.”

പണ്ട് ക്ലാസ്മേറ്റ് ബിന്ദു ഓട്ടോഗ്രാഫിലെഴുതിയ എന്റെ കഴിവ് - ഉള്ളിലെ വികാരങ്ങൾ പുറത്തു പ്രകടിപ്പിക്കാതെ ഒതുക്കാനുള്ള കഴിവ് - പലപ്പോഴും മറ്റുള്ളവരെ അത്ഭുതപ്പെടുത്താറുണ്ട്.

“ഇയാൾക്ക് ക്യാൻസർ ആയിരിക്കും എന്ന് എന്റെ ചിന്തയിൽപ്പോലും ഉണ്ടായിരുന്നില്ല. പോസ്റ്റ് ഓപ്പറേഷൻ വാർഡിൽത്തന്നെ അഡ്മിറ്റ് ചെയ്യാം. രാധാകൃഷ്ണൻ കാഷ്വാലിറ്റിയിൽ കാണും.”

ഒന്നുകൂടി പരിശോധിച്ചു ഉള്ളിൽ ഒതുക്കിയ ദുഃഖം വലിയ നെടുവീർപ്പായി പുറത്ത് വന്നു. പരിശോധന നിർത്തി മുഖത്ത് നോക്കി. “ഉം.... എന്താ” ഒന്നും മിണ്ടാതെ കണ്ണിൽ നോക്കി. ഒരു നിറകൺ ചിരി. പരിശോധന പൂർത്തിയാക്കി ഒ പി ടിക്കറ്റിൽ അഡ്മിറ്റ് ചെയ്ത വിവരം എഴുതിച്ചേർത്തു.

ശ്രീയേട്ടൻ കൺസൾട്ടിങ് ഫീ കൊടുക്കാൻ ശ്രമിച്ചു. കൈക്കൂലി കൊടുക്കുന്നുവെന്ന് പറഞ്ഞ് ഒത്തിരി വഴക്കു പറഞ്ഞു. ശ്രീയേട്ടൻ ഉടൻ ക്ഷമ ചോദിച്ചു.

മെഡിക്കൽ കോളേജ് ദിനങ്ങൾ

കാഷ്വാലിറ്റിയിൽ രാധാകൃഷ്ണൻ സാർ ഉണ്ടായിരുന്നു. ഒത്തിരി ഉപദേശങ്ങൾ നല്കി.

"വിഷമം ഉണ്ടാകും. പക്ഷേ, വരുന്ന സാഹചര്യങ്ങൾ നേരിടാൻ ധൈര്യം നേടണം. പേടിക്കാനൊന്നുമില്ല. ഈ ഓപ്പറേഷൻ കഴിഞ്ഞ ഒരു പാടുപേർ വളരെക്കാലമായി സുഖമായി ജീവിക്കുന്നുണ്ട്. പത്തുദിവസം ഇവിടെ കിടക്കണം. പിന്നെ മൂന്നുമാസം വീട്ടിൽ വിശ്രമിക്കണം. അതു കഴിഞ്ഞാൽ സാധാരണ ജീവിതം നയിക്കാം." എല്ലാം ശ്രദ്ധയോടെ കേട്ടുമനസ്സിലാക്കി.

"ഗർഭനിരോധന ഗുളികകൾ കഴിച്ചിട്ടുണ്ടോ?"

"ഉണ്ട് 3 വർഷം മാലാ-ഡി കഴിച്ചു." മറുപടി നല്കി.

"ഇത്തരം ഗുളികകൾ കഴിക്കുന്നവരിൽ ക്യാൻസർ വരാറുണ്ട്."

എക്സ്-റേ, ഇ സി ജി, രക്തം, യൂറിൻ അങ്ങനെ ഒത്തിരി ടെസ്റ്റുകൾക്ക് എഴുതിത്തന്നു. ശ്രീയേട്ടന്റെ കൂട്ടുകാരൻ ഉള്ളതുകൊണ്ട് എക്സ്റേയും ഇ സി ജിയും പെട്ടെന്ന് എടുത്തു. വാർഡിൽ പോകും മുമ്പ് ഹോട്ടലിൽ കയറി ദോശയും മുട്ടയും കഴിച്ചു. ഓർഡർ ചെയ്ത് സാധനം വരുത്തിയെങ്കിലും രണ്ടുപേർക്കും ഒന്നും തൊണ്ടയിൽനിന്നും താഴേക്ക് ഇറങ്ങിയില്ല എന്നതാണ് വാസ്തവം. കഴിച്ചെന്നു വരുത്തി എഴുന്നേറ്റു. ശ്രീയേട്ടൻ ധൈര്യം പകരാൻ ശ്രമിച്ചു.

വാർഡിലെത്തി. ഒന്നുരണ്ടു ടെസ്റ്റുകൾ നടത്താൻ ബ്ലഡും യൂറിനും എടുത്ത് കൊടുത്തു. സെക്യൂരിറ്റിക്കാർ വന്ന് ശ്രീയേട്ടനെ പുറത്താക്കി. ഇനി രാവിലെയേ കയറ്റുകയുള്ളൂ. വീട്ടിൽ മോന്റടുത്ത് പൊയ്ക്കൊള്ളാൻ പറഞ്ഞു. വെളിയിൽ കിടക്കാം, പോകുന്നില്ല എന്നൊക്കെ പറഞ്ഞെങ്കിലും നിർബ്ബന്ധിച്ച് അയച്ചു.

ചുറ്റും നോക്കി പലതരത്തിലുള്ള ഓപ്പറേഷൻ കഴിഞ്ഞവരാണ് എല്ലാവരും. ഞാൻ മാത്രമേ ഓപ്പറേഷൻ കഴിയാതെ ഉള്ളൂ. വാർഡിലെ ഒരു വരാന്തയിൽ തീപ്പൊള്ളലേറ്റവരാണ്. അവിടെ നിന്നും ഇടയ്ക്കിടെ നിലവിളി ഉയരുന്നു. മനസ്സ് ശാന്തമാക്കാൻ പണിപ്പെട്ടു.

രണ്ട് നേഴ്സിങ് വിദ്യാർത്ഥിനികൾ അടുത്തു വന്നു. "ഉറങ്ങാൻ ഗുളിക തരട്ടെ" അവർ ചോദിച്ചു. രോഗത്തെക്കുറിച്ചും അന്വേഷിച്ചു. ഒരാളുടെ പെരുമാറ്റവും രൂപവും അതീവ ഹൃദ്യമായിരുന്നു. ഗുളിക വേണ്ടന്ന് പറഞ്ഞു. കിടന്നിട്ട് ഉറക്കം വരുന്നതേയില്ല. ഉറങ്ങിയില്ലെങ്കിൽ പ്രശ്നമായാലോ? നാളെ അനസ്തേഷ്യ ഡോക്ടറെ കാണാനുള്ളതല്ലേ. അമ്മയെ വിട്ട് ഗുളിക വാങ്ങി കഴിച്ചിട്ട് കിടന്നിട്ടും ഉറക്കം അകലെ തന്നെ.

വെളുപ്പിനെ നേഴ്സുമാരും അറ്റന്റർമാരും ട്രോളിയും ബുക്കുകളും മരുന്നുകളുമായി എത്തി. മരുന്നും ഇൻജെക്ഷനും നിർദ്ദേശങ്ങളും മറ്റും നല്കി. എഴുന്നേറ്റു നടക്കാറായ രോഗികൾ കൂട്ടിരിപ്പുകാരുടെ സഹായത്താൽ ബാത്ത്റൂമിൽ പോകുന്നു. എഴുന്നേല്ക്കാൻ വയ്യാത്തവർക്ക് സ്ക്രീൻ വച്ച് മറച്ച് ബെഡ്പാൻ വച്ച് കൊടുക്കുന്നു.

ഏതോ ഒരു ടെസ്റ്റിന് ബ്ലഡ് എടുത്തത് കൊടുക്കാൻ അമ്മ പോയപ്പോൾ ഷീറ്റ് തലവഴി മൂടിപ്പുതച്ച് കിടന്ന് പൊട്ടിപ്പൊട്ടിക്കരഞ്ഞു. അതുവരെ അടക്കിപ്പിടിച്ചിരുന്നതെല്ലാം കണ്ണുനീരായൊഴുകി. അപ്പോഴാണ് തലേദിവസം പരിചയപ്പെട്ട മാലാഖക്കുട്ടി വന്നത്. ആശ്വാസ വാക്കുകൾ പറഞ്ഞ് സമാധാനിപ്പിക്കാൻ അവർ ശ്രമിച്ചു. "ചേച്ചി പേടിക്കയൊന്നും വേണ്ട കേട്ടോ. തൊണ്ടയിലെ മുഴ ഓപ്പറേറ്റ് ചെയ്യുന്ന അത്രപോലും ഗൗരവമില്ല. വേദനയൊന്നും അറിയില്ല. പെട്ടെന്ന് സുഖമാകും."

അമ്മ വന്നപ്പോൾ കരയുന്നതു കണ്ട് വഴക്കു പറഞ്ഞു. അമ്മ ബാത്ത്റൂമിൽ പോയപ്പോഴാണ് സാറും കൂട്ടരും റൗണ്ട്സിന് വന്നത്. നേരത്തെ കരഞ്ഞുതീർക്കാൻ പറ്റിയില്ല. കരയരുതെന്ന് വിചാരിച്ചിട്ടും സാറിനെ കണ്ടപ്പോൾ വിതുമ്പിപ്പോയി. കിട്ടിയ റിസൾട്ടുകളൊക്കെ കാണിച്ചു. ഒന്നുകൂടി കിട്ടാനുണ്ടെന്ന് പറഞ്ഞു. അനസ്തേഷ്യ ഡോക്ടറെ കാണണമെന്ന് നിർദ്ദേശിച്ച് അടുത്ത രോഗിയുടെ അടുത്തേക്ക് പോയി.

ശ്രീയേട്ടൻ എത്തും മുമ്പേ അമ്മ കാപ്പി വാങ്ങിക്കൊണ്ടുവന്നു തന്നു. കാപ്പി കുടിച്ചെന്നു വരുത്തി. സെക്യൂരിറ്റിക്കാരും അറ്റന്റർമാരും വന്ന് എല്ലാവരും വാർഡിന് പുറത്തുള്ള വരാന്തകളിൽ ചെന്നിരിക്കാൻ പറഞ്ഞു. കൊതുക്, പാറ്റ തുടങ്ങിയ ക്ഷുദ്രജീവികളെ അകറ്റാനുള്ള മരുന്ന് അടിച്ച് വാർഡ് വൃത്തിയാക്കാൻ പോകുകയാണ്. എഴുന്നേല്ക്കാൻ വയ്യാത്തവരെ ട്രോളികളിൽ കയറ്റി. മറ്റുള്ളവർ നടന്നു. രോഗികളും കൂട്ടിരിപ്പുകാരും കെട്ടുകളും ഭാണ്ഡങ്ങളുമായി വരാന്തയിൽ സ്ഥലം പിടിക്കാനുള്ള ഓട്ടമായി.

എനിക്കിടം കിട്ടിയത് ബ്രെസ്റ്റിലെ മുഴ ബയോപ്സിയിലൂടെ നീക്കിയ ഒരു രോഗിയുടെ അടുത്താണ്. 23-24 വയസ്സുവരും. പാലുകുടിക്കുന്ന പ്രായത്തിലുള്ള ഒരു മോനുണ്ട്. നിപ്പിളിൽനിന്നും ഒരു ദ്രാവകം ഊറിവരുന്ന

തുകൊണ്ട് റിസൾട്ട് കിട്ടിയിട്ട് പോയാൽ മതിയെന്ന് സാർ പറഞ്ഞു.

രാധാകൃഷ്ണൻ സാർ വന്ന് അനസ്തേഷ്യ ഡോക്ടറുടെ അടുത്ത് ചെല്ലാൻ പറഞ്ഞു. എന്റെ കാര്യം അവരോട് പറഞ്ഞിട്ടുണ്ട്. ശ്രീയേട്ടൻ റിസൾട്ടുമായി വന്ന ഉടൻ അങ്ങോട്ടു ചെന്നു. ഇന്നലെ രാത്രി ഒരു ഉറക്ക ഗുളിക കഴിച്ചിട്ട് ഉറക്കം വരാത്ത കാര്യം പറഞ്ഞു. രണ്ട് ഉറക്ക ഗുളികയും മറ്റൊരു ഗുളികയും കഴിക്കാൻ എഴുതിത്തന്നു.

റൗണ്ട്സിന് സാറിനോടൊപ്പം വന്ന ഒരു കൊച്ചു ഡോക്ടർ വന്ന് സാർ വിളിക്കുന്നുവെന്ന് അറിയിച്ചു. ശ്രീയേട്ടനെയും കൂട്ടി കൂടെ ചെന്നു. കൗൺസലിങ്ങിന് വിളിച്ചതാണ്. “കരഞ്ഞിട്ടും വിഷമിച്ചിട്ടും ഒരു കാര്യവുമില്ല. യാഥാർത്ഥ്യങ്ങൾ അംഗീകരിച്ച് നേരിട്ടേ മതിയാവൂ.” എന്ന മുഖവുരയോടു കൂടിയാണ് സാർ സംസാരം തുടങ്ങിയത്. രോഗത്തിന്റെ സ്വഭാവം, പണ്ട് ചെയ്തിരുന്ന ചികിത്സകൾ ഇപ്പോൾ ചെയ്യുന്ന ഓപ്പറേഷൻ രീതി ഒക്കെ വിശദീകരിച്ചു. ഇടയ്ക്കിടെ മറ്റുള്ളവരോട് നിർദ്ദേശങ്ങൾ ചോദിച്ചു. “സ്ത്രീത്വത്തിന്റെ സിംബലായ സ്തനത്തിന്റെ അഭാവം വലിയ ഒരു നഷ്ടം തന്നെയാണ്. പ്ലാസ്റ്റിക് സർജറി കൂട്ടത്തിൽ ചെയ്താൽ മാനസിക വിഷമം തെല്ല് കുറയ്ക്കാം” എന്ന് പറഞ്ഞു. പ്ലാസ്റ്റിക് സർജറി ചെയ്യുന്ന രീതിയും വിശദീകരിച്ചു. വയറിൽനിന്നും മാംസവും മാംസപേശികളും വെട്ടിയെടുത്ത് മാറിൽ വയ്ക്കുമെന്ന് കേട്ടപ്പോഴേ “വേണ്ട” എന്നാണ് നാവിൽനിന്നും പുറത്തുവന്നത്. “അത് നല്ലതാണ്” എന്നാണ് ശ്രീയേട്ടൻ അപ്പോൾ പറഞ്ഞത്. “ആലോചിച്ചിട്ട് പിന്നെ പറഞ്ഞാൽ മതി.” ഒരു ഡോക്ടറെ അനസ്തേഷ്യ ഡോക്ടറുടെ അടുത്തേക്ക് പറഞ്ഞയച്ചു. മറ്റൊരാളെ പ്ലാസ്റ്റിക് സർജറി ഒ പിയിൽ ഞങ്ങളോടൊപ്പം വിട്ടു. പ്ലാസ്റ്റിക് സർജറി പ്രൊഫസറും അസിസ്റ്റന്റുമാരും വയറും ബ്രസ്റ്റും മറ്റും പരിശോധിച്ച് പ്ലാസ്റ്റിക് സർജറിക്ക് യോജിച്ച ദേഹമാണെന്ന് ഉറപ്പു വരുത്തി. കൊച്ചുഡോക്ടർ സർജറി ചെയ്യുന്ന രീതിയും മേന്മയും മറ്റും വിശദീകരിച്ചു തന്നു.

വരാന്തയിൽ അമ്മ ആകാംക്ഷയോടെ കാത്തുനില്ക്കുന്നുണ്ടായിരുന്നു. വിവരം പറഞ്ഞപ്പോൾ അമ്മയ്ക്കും അനുകൂലമായ അഭിപ്രായമായിരുന്നു.

“ശ്രീയേട്ടാ വയറിൽനിന്നും മാംസമെടുത്താൽ പിന്നീട് വയറിനെന്തെങ്കിലും കുഴപ്പം വന്നാലോ?” പതുക്കെ ചോദിച്ചു.

“പുറത്തു നിന്നല്ലേ എടുക്കുന്നത്. ഒന്നും വരത്തില്ല. മുറിച്ചുമാറ്റുമ്പോൾ ഒന്നുമില്ലാതിരിക്കുന്നതിലും നല്ലത് ഇതാണ്. കൂട്ടത്തിലാകുമ്പോൾ സൗകര്യമാണ്”

സാർ വിളിക്കുന്നെന്ന അറിയിപ്പുമായി ആദ്യം വന്ന ഡോക്ടർ വീണ്ടും വന്നപ്പോൾ ശ്രീയേട്ടൻ അടുത്തില്ലായിരുന്നു. സാർ സ്ലൈഡുകൾ പരിശോധിക്കുകയായിരുന്നു. സാറിനെക്കൂടാതെ ഒരു പുരുഷനും ഒരു സ്ത്രീയും ആ മുറിയിൽ ഉണ്ടായിരുന്നു.

“എന്ത് തീരുമാനിച്ചു.” കണ്ട ഉടൻ ചോദിച്ചു.

"ചെയ്യാം. ഇതിന് മുമ്പ് ഇവിടെ ആർക്കെങ്കിലും ചെയ്തിട്ടുണ്ടോ?"

"ഇതാദ്യത്തേതല്ല, ഇതിനു മുമ്പും ചെയ്തിട്ടുണ്ട്."

"വിജയിക്കും, അല്ലേ?" സാർ ഒരു ചിരി ചിരിച്ചു. ജാള്യത തോന്നി.

"പൊയ്ക്കോളൂ." പോകാൻ അനുവാദം കിട്ടിയിട്ടും പോരാതെ സംശയിച്ചു നിന്നു. ഒരുപക്ഷേ, ഓപ്പറേഷൻ ചെയ്യുന്ന നേരം മരിച്ചു പോയാൽ ശരീരം മെഡിക്കൽ കോളേജിന് ദാനം ചെയ്യാൻ ആഗ്രഹിക്കുന്നുവെന്ന് പറയാൻ ധൈര്യം വന്നില്ല. മറ്റുള്ള രണ്ടുപേരും ശ്രദ്ധിക്കുകയാണ്.

പുറത്തിറങ്ങിയപ്പോൾ ശ്രീയേട്ടൻ വന്നു. മരുന്നു കഴിക്കുന്നതിനെക്കുറിച്ച് ഒരു സിസ്റ്ററോട് സംശയം ചോദിച്ചപ്പോൾ ചാടിക്കടിക്കുന്നതുപോലെ ധിക്കാരമായാണ് മറുപടി നല്കിയത്. എന്നിട്ടും പ്രതികരിക്കാതെ ഒതുങ്ങി നില്ക്കുന്നതു കണ്ടപ്പോൾ സങ്കടം വന്നു.

ഉച്ചയോടുകൂടി വൃത്തിയാക്കൽ പൂർത്തിയായി. വാർഡിൽ തിരികെ എത്തി. ഊണ് കഴിഞ്ഞ് കുറച്ചുനേരം കിടന്നു. പ്ലാസ്റ്റിക് സർജറി ഒ പിയിലേക്ക് കൂട്ടിക്കൊണ്ടുപോയ ഡോക്ടർ ഒരു കുറിപ്പു തന്നു. നാളത്തെ ഓപ്പറേഷന് എന്തെല്ലാം വാങ്ങണമെന്ന് അതിൽ കുറിച്ചിട്ടുണ്ടായിരുന്നു. മൂന്ന് കുപ്പി ഒ പോസിറ്റീവ് രക്തം വേണം. രണ്ട് മേജർ സർജറി ഒരുമിച്ചു ചെയ്യുന്നതാണ് ഏകദേശം 4 മണിക്കൂർ വേണ്ടി വരും എന്നറിയിച്ചു.

വൈകുന്നേരത്തെ സന്ദർശക സമയത്ത് കുടുംബസുഹൃത്തുക്കളായ റുഖിയയും ശകുന്തള ടീച്ചറും വന്നു. അവർക്ക് എന്നെ അഭിമുഖീകരിക്കാൻ വിഷമം. ചിരിച്ചുകൊണ്ട് അവരോട് വീട്ടിലെ വിശേഷങ്ങൾ തിരക്കി. മക്കളുടെ സുഖവിവരങ്ങൾ അന്വേഷിച്ചു. ശകുന്തള ടീച്ചർ രാത്രി കൂട്ടു നില്ക്കാമെന്ന് പറഞ്ഞു. ഓണമല്ലേ? വീട്ടിൽ എന്തൊക്കെ ഒരുക്കാനുണ്ട്? സ്നേഹപൂർവ്വം നിരസിച്ചു. വീട്ടിൽ വാങ്ങിയ ഓണസാധനങ്ങളൊക്കെ കെട്ടഴിക്കാതെ അടുക്കളയിലിരിക്കുകയാണെന്ന കാര്യമോർത്തു. മോനെന്തു ചെയ്യുകയാവും?

സന്ദർശക സമയം തീരാറായപ്പോഴാണ് റീത്തയും സാറും ഓടിക്കിതച്ചെത്തിയത്. വന്ന പാടേ കട്ടിലിൽ അരികിലിരുന്നു. "ജയന്തീ എനിക്കു സഹിക്കാൻ പറ്റുന്നില്ല." എന്റെ കൂട്ടുകാരി വിതുമ്പുകയാണ്. *ശാലിനി എന്റെ കൂട്ടുകാരി*യിൽ ശാലിനിയുടെ ഓപ്പറേഷന് അമ്മു വിതുമ്പിയതുപോലെ സിനിമ തന്നെ ജീവിതം, ജീവിതം തന്നെ സിനിമ. എന്റെ ഭാഗം ഞാൻ നന്നായി അഭിനയിക്കേണ്ടേ? എഴുന്നേറ്റ് കൈവിരലുകൾ കൈപ്പിടിയിലൊതുക്കി പതുക്കെ പറഞ്ഞു.

"എനിക്കു നല്ല ധൈര്യമുണ്ട്. ഒന്നും വരില്ല. അഥവാ ദൈവം മരിക്കാനാണ് നിശ്ചയിച്ചതെങ്കിലും സന്തോഷമേയുള്ളു. റീത്ത വിഷമിക്കേണ്ട."

"എനിക്കിത് താങ്ങാൻ കഴിയുന്നില്ല. ഈ യാഥാർത്ഥ്യം ഉൾക്കൊള്ളാൻ റീത്തയ്ക്ക് കഴിയുന്നില്ല".

"പ്ലാസ്റ്റിക് സർജറികൂടി ചെയ്യുന്നുണ്ട്" അത് കേട്ടപ്പോൾ അവളുടെ മുഖം അല്പം തെളിഞ്ഞു. "അതു നല്ലതാ."

സെക്യൂരിറ്റിക്കാർ സന്ദർശകരെ പുറത്താക്കിത്തുടങ്ങി.

"നാളെ ഞാൻ വരില്ലാ...എനിക്കത് കാണാൻ കഴിയില്ലാ..."

രണ്ടുപേരും പോകുകയാണ്. കണ്ണുനീർ ആരും കാണാതിരിക്കാൻ കണ്ണിറുക്കി അടച്ചു.

മേലുകഴുകിയപ്പോൾ ഇടതു മാറ് നന്നായി ശ്രദ്ധിച്ചു. ഇതുവരെ ശ്രദ്ധിക്കാൻ നേരമേ ഇല്ലായിരുന്നു. നാളെ മുതൽ ഇത് എന്റെ ശരീരത്തിന്റെ ഭാഗമല്ലാതാവുകയാണ്. എന്റെ കുഞ്ഞുമക്കളുടെ വിശപ്പടക്കിയ, പ്രകൃതി സ്ത്രീക്ക് അനുഗ്രഹിച്ച് നല്കിയ അമൃതകുംഭം. വലതുമുലയിൽനിന്നും പാൽ ചപ്പിക്കുടിക്കുമ്പോൾ മക്കളുടെ കുഞ്ഞിക്കൈകൾ വിശ്രമിച്ചിരുന്നിടം.

"നമുക്ക് ജീവിതത്തിൽ ഏറ്റവും വലിയ നഷ്ടം എന്നേ സംഭവിച്ചു. ഇനി ഏത് നഷ്ടവും സഹിക്കാൻ ത്രാണിയുണ്ട്." ആശുപത്രിയിൽ വരും മുമ്പ് ശ്രീയേട്ടൻ പറഞ്ഞ വാക്കുകളോർത്ത് ആശ്വസിക്കാൻ ശ്രമിച്ചു.

പിറക്കും മുമ്പേ നഷ്ടമായി പോകുമായിരുന്ന മോൾ, എന്റെ കണ്ണുനീരും നെറ്റിയിലെ ചന്ദനക്കുറിയുംകൊണ്ട് നാലുവയസ്സുവരെ ഓമനിക്കാൻ കിട്ടിയ മുത്ത്, എന്നിലെ സ്ത്രീജന്മം സഫലമാക്കിയവൾ. എന്റെ മുല ആദ്യമായി കുടിച്ചവൾ. അമ്മേ എന്ന് ആദ്യം വിളിച്ചപ്പോൾ ഉണ്ടായ നിർവൃതി, ഒക്കെ വേദനിപ്പിക്കുന്ന സ്മൃതികളാക്കി കൂടുവിട്ട് പറന്നു പോയപ്പോഴേ ഞങ്ങളുടെ ജീവൻ നഷ്ടപ്പെട്ടതാണല്ലോ. ജീവച്ഛവങ്ങളായി ജന്മം തുടരാൻ വിധിക്കപ്പെട്ടവർ.

ദുരിതങ്ങൾ കൂത്താടുന്ന ഈ ലോകത്തിൽ നമ്മേക്കാൾ ദുഃഖമനുഭവിക്കുന്ന നിരവധി പേരുണ്ടെന്നോർത്ത് സ്വന്തം നൊമ്പരങ്ങൾ ഉള്ളിലൊളിപ്പിച്ച് ജീവിക്കാൻ ശ്രമിക്കുന്നവർ.

ഓപ്പറേഷൻ നടക്കുന്ന സമയം മരണം പോലും സംഭവിക്കാമെന്നത് അറിയാമെന്നും എങ്കിലും ഓപ്പറേഷന് സമ്മതമാണെന്നുമുള്ള സമ്മത പത്രത്തിൽ ശ്രീയേട്ടനും ഞാനും ഒപ്പിട്ടു നല്കി. രണ്ട് ഉറക്കഗുളികകളും മറ്റൊരു ഗുളികയും കഴിച്ച് ഉറങ്ങാൻ കിടന്നു.

2000 സെപ്തംബർ ഏഴിന് വെളുപ്പിനെ ഉണർന്നു. മണ്ണെണ്ണ ഒഴിച്ച് ആത്മഹത്യക്ക് ശ്രമിച്ച് ഗുരുതരമായി പൊള്ളലേറ്റു ഇന്നലെ വാർഡിൽ പ്രവേശിപ്പിച്ച പെൺകുട്ടിയുടെ ദയനീയ നിലവിളി ഉയരുന്നു. കല്യാണച്ചെലവിനെച്ചൊല്ലി അച്ഛനും അമ്മയും കലഹിച്ചപ്പോൾ ചെയ്തതാണ്. നഴ്സുമാരും അറ്റന്റർമാരും തൂപ്പുകാരിയും കൂട്ടിരിപ്പുകാരുമെല്ലാം അവൾ അഹങ്കാരം കാണിച്ചതാണ് എന്ന് പറഞ്ഞ് ശകാരിക്കുകയാണ്. ആരും ദയകാണിക്കുന്നില്ല.

മേലുകഴുകി, ഓപ്പറേഷൻ വേഷം ധരിച്ചു. അമ്മ മുടി രണ്ടുവശവും പിന്നിയിട്ടു. ഗുളിക കഴിക്കണം. പക്ഷേ, വെള്ളം കുടിച്ചു കൂടാ. തൊട്ടടുത്ത ബെഡിൽ തലയിൽ ഓപ്പറേഷൻ കഴിഞ്ഞ് കിടക്കുന്ന പന്ത്രണ്ടു

കാരനായ തമിഴ്നാട്ടുകാരൻ അല്പം മാത്രം വെള്ളം കുടിച്ച് ഗുളിക വിഴുങ്ങാൻ തമിഴിൽ ഉപദേശിച്ചു. ഇപ്പുറത്തു തൊണ്ട ഓപ്പറേഷൻ കഴിഞ്ഞ് കിടക്കുന്ന കുട്ടിയും അമ്മയും വലിയ സന്തോഷത്തിലാണ്. അവർക്കിന്ന് വീട്ടിലേക്ക് മടങ്ങാം.

വാർഡിനു പുറത്തൊരു കരച്ചിൽ-നിലവിളി. ആരുടെയോ ജീവിത യാത്ര നിലച്ചപ്പോൾ ബന്ധുക്കൾ അലമുറയിടുന്നതാണ്. കണ്ണുകളടച്ചു. വയ്യാ.... ഇത് ജീവിതത്തിനും മരണത്തിനും ഇടയ്ക്കുള്ള നൂൽപ്പാലമാണ്. ഇപ്പുറം ഡോക്ടർമാരും ബന്ധുക്കളും നിർത്താൻ അശ്രാന്തപരിശ്രമങ്ങളും പ്രാർത്ഥനകളും നടത്തി ഇങ്ങോട്ടു വലിക്കുന്നു. അപ്പുറം ഭൂമിയുടെ ഭാരം കുറയ്ക്കാൻ കൂട്ടിക്കൊണ്ടുപോകാൻ മരണദൂതന്മാർ അങ്ങോട്ടുവലിക്കുന്നു. ഈ വടംവലി മത്സരത്തിൽ കുറേപ്പേർ ഇപ്പുറത്തു വീഴുന്നു. മറ്റു കുറെപ്പേർ അപ്പുറത്തും. ഈ മത്സരം അങ്ങനെ വിജയിച്ചും പരാജയപ്പെട്ടും അനന്തമായി നീളുന്നു.

എനിക്ക് പോകാൻ സമയമായി. സിസ്റ്റർ ഒരു ഇൻജെക്ഷൻ എടുത്തു. രണ്ട് അറ്റന്റർമാർ സ്ട്രെച്ചറുമായി വന്നു. അതിൽ കിടന്ന് ഓപ്പറേഷൻ തീയേറ്ററിലേക്ക്. ഏത് രൂപത്തിലാവുമോ മടക്കയാത്ര. ബന്ധുക്കളും സുഹൃത്തുക്കളും ആരെല്ലാമാണ് എത്തിയത്. എല്ലാവരെയും നോക്കി ചിരിച്ചുകൊണ്ടാണ് അകത്തു പ്രവേശിച്ചത്. ഡോക്ടർമാർ എല്ലാവരുമുണ്ട്. സർജറിക്കാരും പ്ലാസ്റ്റിക് സർജറിക്കാരും അനസ്തേഷ്യക്കാരും എല്ലാം. ഇന്നത്തെ നായിക ഞാനാണ്. എന്റെ ഓപ്പറേഷനാണ് ഏറ്റവും പ്രധാനപ്പെട്ടത്. സങ്കീർണ്ണവും.

ഒരു ഇൻജെക്ഷൻ കൂടി തന്നു. സുശീലടീച്ചറുടെ അണ്ണന്റെ ഭാര്യ നിർമ്മല ചേച്ചി അടുത്ത് വന്നു. പേടിക്കണ്ട എന്ന് പറഞ്ഞു. അവർക്ക് ഓപ്പറേഷൻ തിയേറ്ററിലാണ് ഡ്യൂട്ടി. “ദൈവമേ മരണത്തിലും എന്നെ രക്ഷിക്കേണമേ” കണ്ണടച്ച് പ്രാർത്ഥിച്ചു. ഒരു മാസ്ക് മൂക്കിന് പുറത്ത് വച്ചു. “വലിച്ച് ശ്വസം വിട്ടോളു” സാർ പറഞ്ഞു. ഒന്നു കൂടി ഉറക്കം വന്നുവോ?

ഐ സി യുവിൽ

"**ജ**യന്തീ..............." ആരാണ് വിളിക്കുന്നത്. കണ്ണു തുറന്നു. സാറാണോ വിളിച്ചത്. തിരിച്ചറിയാൻ സാധിച്ചില്ല. ഐ സി യൂണിറ്റിലേക്ക് മാറ്റാം. തീയേറ്ററിന്റെ പുറംവാതിൽ തുറന്നു. ഓപ്പറേഷൻ കഴിഞ്ഞുവോ? പുറത്ത് ശ്രീയേട്ടൻ നില്ക്കുന്നതു കണ്ടു. ചിരിക്കാൻ ശ്രമിച്ചു. സ്ട്രെച്ചറിൽ കൊണ്ടുപോകുകയാണ്. എവിടെയെല്ലാമോ വേദനിക്കുന്നു. തൊണ്ട, നെഞ്ച്, വയറ്, ശരീരമാസകലം വേദന പടരുന്നുവോ. കുറെയേറെപ്പേർ കൂടി നില്ക്കുന്നു. എല്ലാവരും എന്നെ നോക്കുകയാണ്. മുഖങ്ങൾ തിരിച്ചറിയാൻ പറ്റുന്നുണ്ടോ. അമ്മ, തുളസിസാർ, സുശീല ടീച്ചർ, പിന്നെ ആരൊക്കെയോ. ഐ സി യൂണിറ്റിനകത്ത് കയറി. ഒരു കട്ടിൽ മാത്രമേ ഒഴിവുള്ളു. അതിന്റെ ഒരു വശം ഇളക്കി മാറ്റി. താങ്ങിയെടുത്ത് അതിൽ കിടത്തി. തലഭാഗം ഉയർത്തി വച്ചു. ഇളക്കിയഭാഗം പഴയതുപോലെയാക്കി. ശ്രീയേട്ടനും ഉണ്ട്.

എന്തിനാണെന്നെ ഇതിനകത്ത് കിടത്തിയത്. അത്യാസന്ന നിലയിലുള്ള രോഗികളെയല്ലേ ഇതിനകത്തു കിടത്തുന്നത്. ഞാൻ അത്യാസന്ന നിലയിലാണോ? ആരോടാണ് ചോദിക്കുക. സ്വയം ആകപ്പാടെ ഒന്നു നോക്കി. രക്തവും ഡ്രിപ്പും തന്നിട്ടുണ്ട്. കാലുകൾ മൂന്നുനാലു തലയിണകളുടെ സഹായത്താൽ ഉയർത്തി വച്ചിരിക്കുന്നു. നെഞ്ചിൽ നോക്കി. നേർത്ത വലപോലുള്ള വെള്ള കോട്ടൺ തുണിക്കൊണ്ട് മൂടിയിരിക്കുന്നു. ഓപ്പറേഷൻ തുടങ്ങുന്നതിന് മുമ്പ് ബി തിയറ്ററിൽ വച്ച് മാറ് തുടച്ച് മരുന്ന് പുരട്ടിയിട്ടുണ്ട്.

ഇടതു കൈ കഠിനമായി വേദനിക്കുന്നു. എത്ര മണിയായോ, അമ്മയും ശ്രീയേട്ടനുമൊക്കെ എന്തെങ്കിലും കഴിച്ചിട്ടുണ്ടാവുമോ. മോൻ വന്നോ, ഒത്തിരി ചോദ്യങ്ങൾ ഉള്ളിൽക്കിടന്ന് വീർപ്പ് മുട്ടി. ഡോക്ടറും

നഴ്സും അറ്റന്ററുമൊക്കെ അകത്തുണ്ട്. എല്ലാം അപരിചിതർ. അവർ വന്ന് പൾസും ഡ്രെയിൻ വഴി പുറത്തേക്ക് പോകുന്ന ബ്ലഡിന്റെ അളവും മറ്റും നോക്കി കേസ്ഷീറ്റിൽ എഴുതുന്നു. എന്റെ ഇടതുവശത്ത് ഒരു ചെറുപ്പക്കാരനാണ് കിടക്കുന്നത്. വലതുവശത്ത് പ്രായം ചെന്ന ഒരാളും. ആകെ അഞ്ച് ബെഡുകളാണ് ഉള്ളത്. ഏറ്റവും വലത്തേയറ്റത്തും പ്രായം ചെന്ന ഒരാളാണ്. തൊട്ടിപ്പുറത്ത് ഒരു ചെറുപ്പക്കാരൻ. സ്ത്രീയായി ഞാൻ മാത്രം. വലതുവശത്തെ ചെറുപ്പക്കാരൻ കൂടെക്കൂടെ ഉറക്കെ നിലവിളിക്കും. സിസ്റ്ററെ വിളിച്ച് "വേദന സഹിക്കുന്നില്ലേ, വേദനയ്ക്ക് മരുന്ന് താ, അല്ലെങ്കിൽ തടവിത്താ" എന്നൊക്കെ വിളിച്ചു കൂവുന്നു. സഹികെട്ടപ്പോൾ സിസ്റ്റർ വഴക്ക് പറയുന്നുമുണ്ട്.

സിസ്റ്റർ യൂറിൻ പാസ് ചെയ്യാൻ ബെഡ്പാൻ വച്ചു തന്നു. എത്ര ശ്രമിച്ചിട്ടും ഒരുതുള്ളിയും വന്നില്ല. ട്യൂബ് വച്ചു. അല്പം കഴിഞ്ഞപ്പോൾ സംശയം. യൂറിൻ പോകുന്നില്ലേ. പോകുന്നതായി തോന്നുന്നതേ ഇല്ല. അടുത്ത പ്രാവശ്യം സിസ്റ്റർ പൾസ് നോക്കാൻ വന്നപ്പോൾ പതുക്കെ ചോദിച്ചു.

"യൂറിൻ പോകുന്നില്ല അല്ലേ."

"ആരാ പറഞ്ഞത് പോകുന്നില്ലെന്ന്. പോകുന്നുണ്ട്."

സമാധാനമായി. വേദന ശരീരമാസകലം പടരുകയാണ്. ഒന്നുവിളിച്ചാൽ ആശ്വാസവാക്കുകളുമായി ഫ്ളോറൻസ് നൈറ്റിംഗേളിനെപ്പോലെ നഴ്സുണ്ട്. "മോളേ..... മോളാ ജനലിലേക്ക് നോക്കൂ, മോളുടെ ആൾക്കാർ അവിടെ കാണാൻ നില്ക്കുകയാണ്" ഒരു അറ്റന്ററാണ്. ശ്രമപ്പെട്ട് അവർ ചൂണ്ടിക്കാട്ടിയിടത്തേക്ക് നോക്കി. മോനുണ്ടോ ? ഇല്ല. അമ്മ, ശ്രീയേട്ടൻ, അയിഷ പിന്നെ ആരൊക്കെ? അറിയാൻ വയ്യ. അല്പ നിമിഷത്തേക്ക് മാത്രം. ജനൽക്കർട്ടൻ വലിച്ചിട്ടു.

ഇൻജെക്ഷനുകൾ മുറയ്ക്ക് തരുന്നുണ്ട്. സൂചി കൈയിൽ ഉറപ്പിച്ചു വച്ചിട്ടുള്ളതുകൊണ്ട് ഓരോ പ്രാവശ്യവും കുത്തുന്ന വേദന അറിയണ്ട. രാത്രി ടെംബറേച്ചർ നോക്കിയ സിസ്റ്റർ പറഞ്ഞു. "ജയന്തിക്ക് പനി ഉണ്ടല്ലോ. പനിക്കുള്ള മരുന്നു കൂടി ചേർത്ത് അടുത്ത ഇൻജെക്ഷൻ തരാം."

അതൊരു "ശിവരാത്രി" ആയിരുന്നു. ഉറ്റവരും ഉടയവരും അടുത്തില്ലാത്ത എവിടെയൊക്കെയോ ഉള്ള എന്തൊക്കെയോ രോഗങ്ങളുമായി ജീവനും മരണത്തിനുമിടയിൽ കഴിയുന്നവരും രക്ഷിക്കാൻ ശ്രമിക്കുന്നവരും ഒത്ത് ഐ സി യൂണിറ്റിലെ ആദ്യത്തെ രാത്രി കഴിഞ്ഞു.

നേരം വെളുത്തു. മറ്റ് രോഗികളുടെ ഭാര്യമാരെ (നിലവിളിച്ച ആളുടെ ഒഴികെ) അകത്ത് കയറ്റി. പല്ലുതേപ്പിക്കുകയും ഡ്രസ് മാറ്റുകയും ചെയ്ത ശേഷം അവരെ വീണ്ടും പുറത്താക്കി. എനിക്കിതൊക്കെ സിസ്റ്റർ തന്നെ ചെയ്ത് തന്നു. രാവിലെയും അല്പസമയം ജനലിലൂടെ അമ്മയെയും ശ്രീയേട്ടനേയും കണ്ടു.

സാറും കുട്ടികളും വന്നു. ഇനി ബ്ലഡും ഡ്രിപ്പും ഒന്നും വേണ്ട. സാധാ

രണ്ട ഓപ്പറേഷൻ കഴിയുമ്പോൾ എന്തൊക്കെ കഴിക്കാമോ അതൊക്കെ കഴിക്കാമെന്ന് സാർ പറഞ്ഞു.

“എനിക്ക് തൊണ്ട നന്നായി വേദനിക്കുന്നു.”

“കുഴൽ ഇട്ടിരുന്നതാണ്. വേദന കാണും സാരമില്ല. മാറിക്കൊള്ളും.”

അകത്തുള്ളവർക്ക് നിർദ്ദേശങ്ങൾ നല്കി വന്ന അതേ വേഗത്തിൽ പുറത്തുപോയി.

കുറച്ചു കഴിഞ്ഞാണ് രാധാകൃഷ്ണൻ സാർ വന്നത്. “എന്നെ എന്തിനാ ഇതിനകത്തു കിടത്തിയിരിക്കുന്നത്.”അതുവരെ ഉള്ളിൽ കിടന്ന് വീർപ്പ് മുട്ടിയ ചോദ്യം ചോദിച്ചു.

“ഇൻഫെക്ഷൻ ആകാതിരിക്കാനാ ജയന്തീ.. വാർഡിൽ ധാരാളം വിസിറ്റേഴ്സ് വരും ഇൻഫെക്ഷന് സാദ്ധ്യത വളരെ കൂടുതലാണ്. രണ്ട് മേജർ സർജറിയാണ് ഒരുമിച്ച് ചെയ്തത്. 48 മണിക്കൂർ കഴിഞ്ഞാൽ വാർഡിലാക്കാം. ജയന്തിക്ക് ഒരു കുഴപ്പവും ഇല്ല.”

“എനിക്ക് മോനെ കാണണം. ആ ജനലിന്റെ കർട്ടൻ മാറ്റിയാൽ അതു വഴി ഞാൻ കണ്ടുകൊള്ളാം. സാർ ഒന്നു പറയുമോ...”

“അതിനെന്താ വേണമെങ്കിൽ ഇവിടെ കൊണ്ടുവന്നു കാണിക്കാൻ പറയാം. മോനെത്ര വയസ്സായി.?”

“ഒമ്പത്.”

“സമാധാനമായി കിടന്നോളൂ.” രാധാകൃഷ്ണൻ സാർ പുറത്തു പോയി. മനസ്സു ശാന്തമായി. കണ്ണടച്ചു കിടന്നു.

നൈറ്റ് ഡ്യൂട്ടിക്കാർ ഡേ ഡ്യൂട്ടിക്കാരെ ജോലി ഏല്പിച്ച് മടങ്ങി. പൊടിയരിക്കഞ്ഞിയും കാപ്പിയും സമയാസമയം നഴ്സ് തന്നു. ഓണത്തിന്റെ ഒരുക്കങ്ങളെപ്പറ്റിയായിരുന്നു അവരുടെ പ്രധാന സംസാരവിഷയം. പലഹാരങ്ങൾ കൈമാറലും നടന്നു.

നിലവിളിക്കാരൻ അലമുറ തുടർന്നുകൊണ്ടേയിരുന്നു. അങ്ങേയറ്റം കിടക്കുന്ന ആൾക്ക് ഭാര്യ എപ്പോഴും അരികിൽ വേണം. പല പ്രാവശ്യം പറഞ്ഞപ്പോൾ സിസ്റ്റർ പറഞ്ഞു.

“നാളെ രാവിലെ എല്ലാവരെയും വാർഡിലേക്ക് മാറ്റും. അപ്പോൾ ഭാര്യ എപ്പോഴും അടുത്തിരിക്കും. ഇവിടെ കയറ്റിയാൽ ഡോക്ടർ ഞങ്ങളെ വഴക്കു പറയും.”

സമയം പോകുന്നതേയില്ല. വിസിറ്റേഴ്സ് ടൈം ആയോ? കൂടെക്കൂടെ ജനലിലേക്ക് നോക്കും. കർട്ടൺ മൂടിക്കിടക്കുന്നതുകൊണ്ട് കാണാനേ കഴിയുന്നില്ല. ഒടുവിൽ മോന്റെ തല കണ്ടു. പാപ്പച്ചേച്ചി മോനെ ഉയർത്തി കാണിക്കുകയാണ്. അറ്റന്ററെ വിളിച്ചു. “ജനൽക്കർട്ടൻ അല്പം മാറ്റാമോ? എന്റെ മോൻ വന്നിട്ടുണ്ട്. ഞാനൊന്നു കണ്ടോട്ടെ.” അവർ വാച്ചുനോക്കി പിന്നെ ജനലിനടുത്തേക്കു നടന്നു. കർട്ടൻ മാറ്റി. ഒത്തിരി മുഖങ്ങൾ. മോനോട് ആംഗ്യരൂപത്തിൽ ചോദിച്ചു. “ഉണ്ടോ?” അവൻ കഴിച്ചെന്ന് തല യാട്ടി. ലില്ലിചേച്ചിയുടെ മകൻ പ്രവീൺ, സുശീല ടീച്ചർ, ലൈല ടീച്ചർ, കിളിമാനൂർ ടൗൺ യു പി എസിലെ മിക്ക സാറന്മാരുമുണ്ട്. അവരെല്ലാം

കണ്ട് മാറിയപ്പോൾ ശ്രീയേട്ടൻ വന്നു. കുറച്ചുനേരം നിന്നപ്പോഴേക്കും കർട്ടനിടാൻ സമയമായി.

ഒരു രാത്രി കൂടി ഐ സി യൂണിറ്റിൽ. ഇടതുവശത്തു കിടക്കുന്ന ആൾ പണി ചെയ്തുകൊണ്ടിരുന്നപ്പോൾ മണ്ണിടിഞ്ഞ് പുറത്ത് വീണതാണ്. വലതുവശത്തെ ആളിന് ഒന്നിലധികം രോഗങ്ങൾ ഉണ്ട്. ഓപ്പറേഷൻ കഴിഞ്ഞ് അത്യാസന്നനിലയിലാണ്. നിലവിളിക്കുന്ന ആളിന് കുത്തേറ്റതാണ്. ജീവിതത്തിനും മരണത്തിനുമിടയ്ക്ക് കിടക്കുന്നവരാണ് അവരെല്ലാം.

നേരം പുലർന്നു. ഐ സി യൂണിറ്റും ഓണത്തിനുള്ള തയ്യാറെടുപ്പിലാണോ? വൃത്തിയാക്കാൻ എല്ലാ രോഗികളെയും വാർഡിലേക്ക് മാറ്റാനുള്ള ഒരുക്കമായി. ആദ്യം എന്നെത്തന്നെ. തലയിണകൾ ഐ സി യൂണിറ്റിന്റെ വകയാണ്, പുതിയതു വാങ്ങും വരെ കടം തന്നു. സ്ട്രെച്ചറിൽ വാർഡിലേക്ക്. കട്ടിലിൽനിന്ന് സ്ട്രെച്ചറിലേക്ക് മാറ്റിയപ്പോഴും വാർഡിലെ കട്ടിലിലേക്ക് മാറ്റിയപ്പോഴും അസഹ്യമായ വേദന അനുഭവിച്ചു. മരുന്നുകൾക്ക് ശമിപ്പിക്കാവുന്ന വേദനയ്ക്ക് പരിധി ഉണ്ടല്ലോ.

യൂറിൻ പോകാനിട്ടിരുന്ന ട്യൂബ് മാറ്റിയിരുന്നു. ബെഡ് പാനും റബ്ബർ ഷീറ്റും വാങ്ങി. പ്രാഥമിക കൃത്യങ്ങൾ നിർവ്വഹിക്കാൻ ശ്രീയേട്ടനേയും അമ്മയെയും കുഞ്ഞമ്മയെയും ആശ്രയിച്ചേ പറ്റു. നവജാതശിശുവിന്റെ അവസ്ഥയാണിപ്പോൾ.

പോസ്റ്റ് ഓപ്പറേഷൻ വാർഡിൽ

സന്ദർശകർ ധാരാളം. സുഹൃത്തുക്കൾ, ബന്ധുക്കൾ. എനിക്കിപ്പോൾ മൂന്നുപേർ രക്തബന്ധുക്കളായി. ഷാജഹാൻ സാർ, തുളസി സാർ, സലിൽ സാർ. ഇവരാണ് എനിക്ക് രക്തം ദാനം ചെയ്തത്. സഖാക്കൾ. അങ്ങോട്ടാവശ്യപ്പെടാതെ തന്നെ രക്തം തരാൻ സന്മനസ്സു കാട്ടിയവർ. അവരോടൊക്കെ എങ്ങനെയാ കടപ്പാടു തീർക്കുന്നത്.

ഡോക്ടർമാരിൽ മിക്കപേരും ഓണാവധിയിലാണ്. സാറും രാധാകൃഷ്ണൻ സാറും ഒക്കെ. മെഡിക്കൽ സ്റ്റുഡൻസിനും കോളേജ് അടച്ചു. വാർഡിലും തിരക്ക് കുറഞ്ഞു. പേവാർഡ് കിട്ടിയതുകൊണ്ട് ശ്രീയേട്ടന് രാത്രി അവിടെ കിടക്കാം. അമ്മ പകുതിയായി. അമ്മയോട് ആ അവസ്ഥയിൽ മുഷിഞ്ഞ് സംസാരിക്കേണ്ടി വന്നു. സന്ദർശകർ കൂടിയപ്പോൾ എന്തോ അനിഷ്ടം പറഞ്ഞു. ആവശ്യത്തിന് സഹായിക്കാൻ അവരേ ഉണ്ടായിരുന്നുള്ളൂവെന്ന് മറുപടി നല്കി. എന്റെ സുരക്ഷയെക്കരുതി പറഞ്ഞതാണെങ്കിലും സ്നേഹിക്കുന്നവരെ എങ്ങനെയാണ് വിലക്കുന്നത്?

എന്നും രാവിലെ ശിവപ്രസാദ് സാറും ഒരു ഡോക്ടർ അനിയത്തിയും വരും. വേണ്ട സഹായങ്ങളൊക്കെ ഏർപ്പാടാക്കും. പ്ലാസ്റ്റിക് സർജറിയിലേക്ക് കൂട്ടിക്കൊണ്ടുപോയ ഡോക്ടറും വന്ന് നിർദ്ദേശങ്ങൾ നല്കും. വി ഐ പി പരിഗണനയാണ് ലഭിക്കുന്നത്. സഹതാപമാണോ? ദയവില്ലാത്തത് താഴേക്കിടയിടയിലുള്ളവർക്കാണ്. ചെയ്യുന്ന ജോലിയുടെ നിലവാരം മനുഷ്യരുടെ പ്രകൃതം മാറ്റുന്നതാവാം.

ശിവപ്രസാദ് സാർ, ശ്രീയേട്ടന്റെ സുഹൃത്ത് വിശ്വംഭരൻ സാറിന്റെ പോത്തൻകോട്ടെ വീട്ടിലെ വാടകക്കാരനാണ്. ബി തിയേറ്ററിൽ വച്ച് രോഗിയെ സ്വയം ഓപ്പറേഷൻ തിയേറ്ററിലേക്ക് കൊണ്ടുപോയ ആൾ. അന്ന് കണ്ടപ്പോൾ ആളൊരു ഗൗരവക്കാരനാണെന്നാണ് തോന്നിയത്.

ത്യാഗിയായ ഡോക്ടറാണെന്ന് കൂടുതൽ പരിചയപ്പെട്ടപ്പോൾ മനസ്സിലായി. പോത്തൻകോട്ടെ വീട്ടിൽ പാവപ്പെട്ട ധാരാളം രോഗികൾ ചെല്ലാറുണ്ട്. സാറിന്റെ യൂണിറ്റിലെ ഒരാൾ പോലും ഷൈലോക്ക് അല്ല. പണസമ്പാദനത്തിന് ഈ തൊഴിൽ ദുരുപയോഗം ചെയ്യുന്നില്ല. സ്വന്തം ചോറിനോട് ആത്മാർത്ഥത പുലർത്തുന്നവർ. അത്തരം യൂണിറ്റിൽ അഡ്മിറ്റ് ആകാൻ കഴിഞ്ഞത് നിർഭാഗ്യത്തിനിടയിലെ ഭാഗ്യം.

ചുമ വല്ലാതെ കഷ്ടപ്പെടുത്തി. ചുമ വന്നാൽ വയറിലെ ബാന്റേജ് കൊണ്ടുള്ള ഡ്രെസിങ്ങിന് പുറത്ത് അമർത്തി പിടിച്ചിട്ടേ ചുമയ്ക്കാവുവെന്ന് പ്ലാസ്റ്റിക് സർജറിയിലെ നന്ദകുമാർ സാർ നിർദ്ദേശിച്ചിരുന്നു. ചിലപ്പോൾ മനസ്സെത്തുന്നിടത്ത് കൈ എത്താത്ത അവസ്ഥ ഉണ്ടായി. കഫം തൊണ്ടവരെ വരും. ചുമച്ച് പുറത്തു കളയാൻ ശക്തിയില്ല. ഒത്തിരി കഷ്ടപ്പെട്ടു. ചുമയ്ക്ക് മരുന്നു കഴിക്കുന്നതിനോട് ശിവപ്രസാദ് സാർ എതിരായിരുന്നു. ആവി പിടിക്കാൻ ഏർപ്പാടാക്കി. പക്ഷേ, എഴുന്നേറ്റിരിക്കാൻ പറ്റാത്തതുകൊണ്ട് നേരെ ആവിപിടിക്കാനും കഴിയില്ല. നേരെ കിടക്കുമ്പോൾ തല ഉയർത്തി കിടക്കണമെന്നു തോന്നും. അങ്ങനെ കിടന്ന് കുറച്ചു കഴിയുമ്പോൾ നേരെ കിടക്കണമെന്നും. എങ്ങനെയൊക്കെ കിടന്നാലും ശരിയാകുന്നില്ല. ഡ്രെയിൻ എടുത്തിട്ട് റൂമിലേക്ക് മാറ്റാമെന്ന് ശിവപ്രസാദ് സാർ പറഞ്ഞു.

തൊണ്ടയിലും വയറിലും മാറിലും ഒക്കെ ഓപ്പറേഷൻ കഴിഞ്ഞ് കിടക്കുന്ന രോഗികൾ. നവജാതശിശുവിനെപ്പോലെ ബന്ധുക്കൾ പരിചരിക്കുന്നവർ, ചെറിയ സഹായം മാത്രം വേണ്ടവർ ഒക്കെ അക്കൂട്ടത്തിലുണ്ട്. അവശനിലയിലുള്ളവർക്ക് പ്രാഥമികകർമ്മങ്ങൾ നിർവ്വഹിക്കേണ്ട സമയം സ്ക്രീനിനുവേണ്ടി കൂട്ടിരിപ്പുകാർ ഓട്ടമാണ്.

വാർഡിനരികിലെ വരാന്തയിലാണ് തീപ്പൊള്ളലേറ്റവർ കിടക്കുന്നത്. അവരുടെ അസഹനീയമായ നിലവിളി ഹൃദയഭേദകമാണ്. ചിലർ അവരെ ദയവില്ലാതെ ശകാരിക്കുന്നു. അഹങ്കാരംകൊണ്ട് സ്വയം വിതച്ച വിനയല്ലേ എന്നാണ് ചോദ്യം. മറ്റുള്ളവരെ ഉറങ്ങാൻ സമ്മതിക്കില്ല. തീപ്പൊള്ളലേറ്റവരുടെ ബന്ധുക്കൾ ചെകുത്താനും കടലിനുമിടയിലെ അവസ്ഥയിലാണ്. ഒരു വശത്ത് മരണവേദനയിൽ ദീനദീനം വിലപിക്കുന്ന രോഗി. മറുവശത്ത് നഴ്സുമാർ, അറ്റന്റർമാർ, തൂപ്പുകാർ, കൂട്ടിരിപ്പുകാർ തുടങ്ങിയവരുടെ ശകാരം. വെന്തളിഞ്ഞ മാംസത്തിന്റെ ദുർഗ്ഗന്ധം. ബെഡിൽ വിരിച്ച പോളിത്തീൻ കവറിന് പുറത്താണ് കിടത്തുന്നത്. ഒരു യുവതി പിടഞ്ഞപ്പോൾ താഴെ വീണു.

പല കാരണങ്ങളാൽ പൊള്ളലേറ്റവർ. ഒരാളുടെ ഭർത്താവ് ദേഹത്ത് മണ്ണെണ്ണ ഒഴിച്ച് തീ കൊളുത്തിയതാണ്. മറ്റൊരാൾ ഭർത്താവിനെ ഒന്നു പേടിപ്പിക്കാൻ മണ്ണെണ്ണ ഒഴിച്ചപ്പോൾ അയാൾ തീപ്പെട്ടി ഉരച്ച് ദേഹത്തിട്ടു. ഇനിയുമൊരാൾ മണ്ണെണ്ണ സ്റ്റൗ പൊട്ടിത്തെറിച്ച് പൊള്ളലേറ്റത്. മറ്റൊരാൾ അച്ഛന്റെയും അമ്മയുടെയും വഴക്ക് കണ്ട് സ്വയം തീ കൊളുത്തിയതാണ്. പേവാർഡിലേക്ക് മാറ്റും മുമ്പ് ദേഹി ദേഹം വിട്ടൊഴിഞ്ഞത്

മൂന്നോ നാലോ. ഒന്നു പോകുമ്പോൾ മറ്റൊന്നെത്തുകയായി..

അച്ഛന്റെ ഒരു പരിചയക്കാരന്റെ ചെറുമകളെ തൊട്ടടുത്ത ബെഡിൽ കൊണ്ടു കിടത്തി. പത്തുപന്ത്രണ്ടു വയസ്സുവരും. തീരെ മെലിഞ്ഞ ഒരു കുട്ടി. ഹെർണിയ ഓപ്പറേഷൻ കഴിഞ്ഞതാണ്. വേദനസംഹാരികൾ കുത്തി വച്ചിട്ടുപോലും വേദന ശമിക്കാത്ത അവസ്ഥയിലാണ് ആ മോൾക്ക് ഓപ്പറേഷൻ നടത്തിയത്.

ഓണസദ്യയുമായി ഉണ്ണി അനിയനും മിനിയും, പാപ്പയും, ലില്ലിചേച്ചിയും മക്കളും വന്ന ദിവസമാണ് ഡ്രെയിൻ എടുത്തത്. ജീവൻ പറിഞ്ഞു പോകുന്ന വേദനയായിരുന്നു ഡ്രെയിൻ എടുത്തപ്പോൾ. അതുവരെ ഒളിച്ചുവച്ച കണ്ണീർ അറിയാതെ ഒഴുകാൻ തുടങ്ങി. "അയ്യോ അമ്മേ" നിലവിളിച്ചുപോയി. അപ്പുറത്തെ കട്ടിലിലെ മോളുടെ അമ്മൂമ്മ ചേർത്ത് പിടിച്ച് ആശ്വസിപ്പിച്ചു. "മോളേ കരയാതെ നമ്മൾ എല്ലാം സഹിച്ചേ തീരു." എന്റെ കണ്ണീർ ആ അമ്മ തുടച്ചപ്പോൾ ചിന്തിച്ചു. ഇവരെന്റെ ആരാണ്? ഇതാദ്യമായാണ് കണ്ടത്. എന്റെ വേദന സ്വന്തം വേദനയാക്കി മാറ്റിയ ആ അമ്മയുടെ മുഖത്ത് സങ്കടഭാവവും കണ്ണിൽ കണ്ണുനീരും. ശിവപ്രസാദ് സാറിന്റെ മുഖത്ത് നിസ്സംഗഭാവം. ഡോക്ടർ അനിയത്തിക്കുട്ടിയുടെ മുഖത്തും സങ്കടവും സഹതാപവും നിഴലിച്ചു.

കണ്ണുനീരുണങ്ങും മുമ്പെത്തിയ ഉണ്ണി അനിയനെ അടുത്തു വിളിച്ചു പറഞ്ഞു.

"ഉണ്ണീ എന്റെ അവസ്ഥ കണ്ടില്ലേ. നീ ചേട്ടത്തിക്ക് വീട്ടിലെത്തുമ്പോൾ സഹായത്തിന് ഒരു ജോലിക്കാരിയെ കണ്ടുപിടിച്ച് തരണം."

"ശരി ചേട്ടത്തീ ഞാനാളെ എത്തിക്കാം."

മോൻ ഒരു ഉല്ലാസയാത്രയുടെ മൂഡിലായിരുന്നു. അണ്ണൻമാരുമൊത്ത് ചിരിച്ച് തിമിർക്കുന്നു. കരുവാളിച്ച് വരണ്ട ചുണ്ടുകൾ കണ്ട് ചോദിച്ചു. "അമ്മയുടെ ചുണ്ടെന്താ ഇങ്ങനെ കറുത്തത്." ചിരിച്ചു. അനുജത്തിക്കും ചേച്ചിമാർക്കും മക്കൾക്കുമൊപ്പം അവൻ തിരിച്ചു പോയി.

പേവാർഡ് ദിനങ്ങൾ

നാന്നൂറ്റിപ്പതിനഞ്ചാം നമ്പർ മുറിയിലേക്ക് മാറ്റി. അല്പം സമാധാനമായി. നല്ല കാറ്റും വെളിച്ചവും കിട്ടുന്ന മുറി. പെയിന്റിങ്ങിനുശേഷം ഞാനാണാദ്യത്തെ രോഗി. ഭിത്തിയിൽ പെയിന്റുണങ്ങും മുമ്പ് കയറിയതിനാൽ ഒട്ടിപ്പിടിച്ച് ചത്ത ഒരു പല്ലിക്കുഞ്ഞ് പറ്റിയിരിക്കുന്നു. ജനലിലൂടെ നോക്കിയാൽ കൂറ്റൻ വാട്ടർ ടാങ്കും കുറെ വെളിമ്പ്രദേശവും നിറയെ കായ്കളുള്ള പപ്പായ മരവും കാണാം. വെള്ളം കവിഞ്ഞൊഴുകുമ്പോൾ ഒരു മിനിവെള്ളച്ചാട്ടത്തിന്റെ പ്രതീതി. പപ്പായ മരത്തിൽ പപ്പായപ്പഴം തിന്നാനെത്തുന്നവരുടെ തിരക്കാണ്. ആശുപത്രിക്കുള്ളിലെ പ്രകൃതിദൃശ്യം മനസ്സിനു കുളിരേകി.

സന്ദർശക സമയത്ത് വിസിറ്റേഴ്സിന്റെ ബാഹുല്യംമൂലം ആദ്യമൊക്കെ വളരെ ബുദ്ധിമുട്ടി. ഒരു മണികഴിയുമ്പോൾ വന്നു തുടങ്ങുന്നവർ പോയിത്തീരുമ്പോൾ രാത്രിയാകും. ഒന്നിനു പോകാൻ സ്ക്രീൻ ഇല്ല. റബർഷീറ്റ് വിരിച്ച് അതിനുമുകളിൽ ബെഡ്പാൻ വച്ചാണ് സാധിക്കുന്നത്. വിസിറ്റേഴ്സ് ഇരിക്കുമ്പോൾ എങ്ങനെയാണ് നടത്തുക. ശങ്ക അടക്കിയൊതുക്കി അവസാനത്തെ ആളും പോകുമ്പോഴാണ് പറയുക. നേരത്തെ പറയാത്തതിന് ശ്രീയേട്ടനും കുഞ്ഞമ്മയും വഴക്കു പറയും. മുറിക്കു പുറത്താക്കി വാതിലടയ്ക്കാൻ വിഷമം.

രാത്രി ഉറക്കം കുറവാണ്. വേദന അധികമായി തോന്നും. അടുത്ത മുറികളിലേതിലോ കിടക്കുന്ന ഒരു രോഗിയുടെ ദയനീയമായ നിലവിളി ഇടയ്ക്കിടെ കേൾക്കാം. ഇടയ്ക്കൊന്നു മയങ്ങും. വീണ്ടും ഉണരും. എന്തും സഹിക്കാനുള്ള മനക്കരുത്ത് നേടിക്കഴിഞ്ഞിരുന്നു.

വേദനയിലും സന്തോഷം കണ്ടെത്തിയ ദിവസങ്ങളായിരുന്നു 415-ാം നമ്പർ മുറിയിലെ ദിനങ്ങളോരോന്നും. വിവാഹശേഷം ആദ്യമായി

ശ്രീയേട്ടനെ എനിക്കു മാത്രമായി കിട്ടിയ ദിവസങ്ങൾ. പുറത്ത് ഇലക്ഷൻ ജ്വരം കത്തിനില്ക്കുന്നു. കെ എസ് ടി എ നേതാവായതിനാൽ ദിവസത്തിന്റെ സിംഹഭാഗവും പുറത്തായിരിക്കും. കണികാണാൻ കിട്ടാൻ വിഷമം. മോനെ കാണാത്ത വിഷമം രണ്ടുപേർക്കും ഉള്ളിൽ നിറഞ്ഞുനിന്നു. എന്നും രാത്രി ഭക്ഷണം വാങ്ങാൻ പോകുമ്പോൾ ശ്രീയേട്ടൻ മോനെ ഫോണിൽ വിളിക്കും. അവൻ വിളികാത്ത് ഫോണരികിൽ തന്നെ കാണും. കിളിമാനൂരിലെ അമ്മയെ അവൻ ഒത്തിരി ബുദ്ധിമുട്ടിക്കുന്നുണ്ടായിരുന്നു. ഓരോ ദിവസവും ശ്രീയേട്ടൻ ഫോൺ ചെയ്ത് മടങ്ങി വരുമ്പോൾ ചോദിക്കും. മോനെന്തു പറഞ്ഞു. എന്നും ഒരു മറുപടി തന്നെ. എങ്കിലും ആ നിമിഷങ്ങളിൽ അവനടുത്തുണ്ടെന്നു തോന്നും. വേർപാട് അസഹനീയമെങ്കിലും സഹിച്ചല്ലേ പറ്റൂ. പ്രസവിച്ച ദിവസം മുതൽ ഒരു ദിവസം മാത്രമേ പിരിഞ്ഞിരുന്നിട്ടുള്ളു. അച്ഛാമ്മ ആശുപത്രിയിൽ കിടന്നപ്പോൾ ഒരു ദിവസം ആലംകോട് വീട്ടിൽ നിന്നിട്ടുണ്ട്. അന്നും ഞങ്ങൾ രണ്ടുപേരും പേരൂർക്കട ആശുപത്രിയിൽ അമ്മയ്ക്ക് കൂട്ട് നില്ക്കുകയായിരുന്നു. പിന്നെ ഇപ്പോഴാണ്.

റീത്തയും ഷൺ സാറും മിക്ക ദിവസങ്ങളിലും വരും. ഒരുപാട് നേരം സംസാരിച്ചിരിക്കും. ശ്രീയേട്ടനും ഷൺസാറും അവരുടെ ലോകത്തിലും ഞാനും റീത്തയും ഞങ്ങളുടെ ലോകത്തിലും. അമ്മ ഉള്ള ദിവസം അവരോടൊപ്പം കൂടും. ഒരു ദിവസം സംസാരിക്കുന്നതിനിടയിൽ റീത്ത ഭാര്യയും ഭർത്താവും തമ്മിൽ നടന്ന സംഭാഷണം പരാമർശിച്ചു. "അതിനെ ഇങ്ങനെ കഷ്ടപ്പെടുത്തേണ്ട വല്ല കാര്യവുമുണ്ടോ. പ്ലാസ്റ്റിക് സർജറി ചെയ്യേണ്ട ആവശ്യമേയില്ലായിരുന്നു." ഷൺ സാർ പറഞ്ഞു.

സാറിന്റെ ഡി എഫ് ഒയുടെ ഭാര്യക്ക് സ്തനാർബ്ബുദം വന്ന് രണ്ടും മുറിച്ചു കളഞ്ഞപ്പോൾ ജോലിക്കാരിയെ കെട്ടിയ കഥ പറഞ്ഞ് റീത്ത ആ വാദത്തെ ഖണ്ഡിച്ചു. "നിന്റെ ജീവൻ മാത്രം മതി എനിക്ക്" എന്ന് ആശുപത്രിയിൽ പുറപ്പെടും നേരം ശ്രീയേട്ടൻ പറഞ്ഞത് ഓർമ്മ വന്നു. ബഹുജനം പലവിധമല്ലേ. കൂട്ടുകാരി അനിതയും ടി ടി സി സഹപാഠി വേണുവും കുടുംബസമേതമാണ് വന്നത്. മക്കളെ ആശുപത്രിയിൽ കൊണ്ടുവന്നതിന് അവരെ വഴക്കുപറഞ്ഞെങ്കിലും കുഞ്ഞുങ്ങളുടെ കൊഞ്ചലും ചിരിയും ബഹളവുമൊക്കെ കേട്ടപ്പോൾ വിഷമങ്ങളും വേദനകളുമൊക്കെ ഓടി അകന്നു. ആ ദിവസങ്ങളിൽ ഒത്തിരി സംസാരിക്കുകയും ചിരിക്കുകയും ചെയ്തു.

ടി ടി സിക്ക് കൂടെ പഠിച്ച ഗോപന്റെ അച്ഛൻ സുഖമില്ലാതെ ഞങ്ങളുടെ അടുത്ത റൂമുകളിലൊന്നിലാണ് കിടന്നിരുന്നത്. ചിലപ്പോഴൊക്കെ അവൻ വരും. ശ്രീയേട്ടന്റെ കൂടെ സംസാരിച്ച് ഒത്തിരി നേരമിരിക്കും. അന്ന് ക്ലാസിൽ നടന്ന സംഭവങ്ങളൊക്കെ അയവിറക്കും. കൂട്ടുകാരുടെ വിശേഷങ്ങളും കുടുംബവിശേഷങ്ങളും ഒക്കെ പറയും.

പുല്ലയിൽ സ്കൂളിലെ സഹപ്രവർത്തകർ ഓപ്പറേഷൻ കഴിഞ്ഞ്

ഒത്തിരി ദിവസം കഴിഞ്ഞാണ് വന്നത്. എന്നെ അഭിമുഖീകരിക്കാൻ അവർക്കൊക്കെ വിഷമം. അവരെക്കണ്ട് നിലവിളിച്ചാലോ. അവരുടെ ജയന്തി നിസ്സാര കാര്യങ്ങൾക്കുപോലും കരയുന്ന ആളല്ലേ. വന്നപ്പോൾ എന്റെ സമീപനം കണ്ട് അവർ അത്ഭുതപ്പെട്ടുപോയി. ഇനി വരാൻ വിഷമമില്ല എന്നു പറഞ്ഞാണ് സുലോചന ടീച്ചർ പോയത്. “എന്തുനല്ല ചിരി.” എന്നാണ് ഹെഡ്മാസ്റ്റർ രാമചന്ദ്രൻസാർ പ്രതികരിച്ചത്.

ഓണാവധി കഴിഞ്ഞ് വന്ന ദിവസം തന്നെ സാറും രാധാകൃഷ്ണൻ സാറും എന്നെക്കാണാൻ വന്നു. ഔദ്യോഗിക സന്ദർശനമല്ലായിരുന്നു അത്. സാറിന് ഉടനെ തിരികെപ്പോകേണ്ടതുണ്ടായിരുന്നിട്ടും രാധാകൃഷ്ണൻസാറിന് അക്കാദമിക് ചുമതലയുള്ളതുകൊണ്ട് വരേണ്ട ആവശ്യമില്ലാതിരുന്നിട്ടും രണ്ടുപേരും വന്നപ്പോൾ ഒത്തിരി സന്തോഷം തോന്നി.

ഓപ്പറേഷന്റന്ന് പിന്നിയിട്ട മുടി പിരുത്തത് സാറ് വന്ന ദിവസമായിരുന്നു. കുഞ്ഞമ്മ ഒരു വശത്തെ ജഡ അകറ്റി മുകളിൽ കെട്ടി വച്ച് അടുത്ത വശം ശരിയാക്കി തുടങ്ങിയപ്പോഴായിരുന്നു സാർ വന്നത്. ഓപ്പറേഷൻ കഴിഞ്ഞ ശേഷം കുറച്ചു നേരം നിവർന്നിരുന്നത് അന്നായിരുന്നു. അസഹ്യമായ വേദന മാറി വരുന്നു. സുഖവിവരങ്ങൾ അന്വേഷിച്ച് സാർ പോയി.

കുറച്ചു കഴിഞ്ഞ് രാധാകൃഷ്ണൻ സാർ വന്നു. സന്ദർശകരെ കഴിവതും ഒഴിവാക്കണമെന്ന് പറഞ്ഞു. ഒത്തിരി ഉപദേശങ്ങൾ തന്നു.. നഷ്ടപ്പെട്ട ആരോഗ്യവും മാംസവും വീണ്ടെടുക്കേണ്ടതെങ്ങനെയെന്നും മറ്റും വിശദീകരിച്ചു. അക്കാദമിക് ചുമതലയുള്ളതിനാൽ റൗണ്ട്സിന് വരേണ്ട കാര്യമില്ലെങ്കിലും സാർ വരികയും സാന്ത്വനമേകാൻ സൗമ്യവും ശാന്തവും സ്നേഹവും നിറഞ്ഞ പെരുമാറ്റത്തിലൂടെ ശ്രമിക്കുകയും ചെയ്തപ്പോൾ കൃതജ്ഞത തോന്നി. ഒപ്പം ബി തിയറ്ററിൽ വച്ചു നടന്ന സംഭവത്തിൽ കുറ്റബോധവും.

ഒരു ദിവസം രാത്രി വാതിലിൽ ആരോ ശക്തിയായി മുട്ടുന്ന ശബ്ദം കേട്ടുണർന്നു. കുഞ്ഞമ്മ വാതിൽ തുറന്നു. എതിർ വശത്തെ മുറിയിൽ കിടക്കുന്ന രോഗിയുടെ ഭാര്യയാണ്. അമ്മയേക്കാൾ പ്രായം വരും. അയാൾ വേദനകൊണ്ട് പിടയുകയാണ്. അല്പം ചൂടുവെള്ളത്തിനായി വിളിച്ചതാണ്. കുഞ്ഞമ്മ വേഗം ഫ്ളാസ്കിൽനിന്നും വെള്ളം കൊടുത്തു. അവരുടെ കൂടെ പോയി. മറ്റൊരു ഡോക്ടറുടെ യൂണിറ്റിലാണയാൾ. ഡോക്ടർ തിരിഞ്ഞുനോക്കിയിട്ട് ദിവസങ്ങളായി. അന്ന് എങ്ങനെയെല്ലാമോ അവർ നേരം വെളുപ്പിച്ചു. അടുത്ത ദിവസം ഏകമകൻ കൈ നിറയെ കാശുമായി ഡോക്ടറെയും അസിസ്റ്റന്റിനെയും പോയിക്കണ്ടു. അന്ന് പരിവാരസമേതം ഡോക്ടർ മുറിയിലെത്തി വേണ്ട പരിചരണങ്ങളൊക്കെ നല്കി. വൈകുന്നേരം കുഞ്ഞമ്മ ചെന്നപ്പോൾ രോഗി തമാശ പറഞ്ഞ് ഭാര്യയോടൊപ്പം ചിരിക്കുന്നതാണ് കണ്ടത്.

ഫസൽ സാറിന്റെ എസ് 2 യൂണിറ്റിലെ ഡോക്ടർമാർ ദേവദൂതരെപ്പോലെ രോഗികളുടെ മേൽ സ്നേഹവും ദയവും ചൊരിയുമ്പോൾ ചില

യൂണിറ്റുകളിലെങ്കിലും പരിഗണനയും ശ്രദ്ധയും ലഭിക്കണമെങ്കിൽ ഡോക്ടർമാർക്ക് കൈക്കൂലി കൊടുത്തേ തീരൂ എന്ന സ്ഥിതിയാണ്. സ്വന്തം അച്ഛനെയും അമ്മയെയും ചികിത്സിക്കണമെങ്കിൽ കൂടി ഇവർക്ക് പണം നല്കിയേ തീരൂ. അഴിമതിയും കൈക്കൂലിയും മറ്റ് മേഖലകളേക്കാൾ ആരോഗ്യവകുപ്പിൽ നടമാടുന്നു. പണം വിതച്ച് പണം കൊയ്യുന്ന വ്യവസായം.

വി വി എൽ പി എസ് ചെങ്കിക്കുന്നിലെ മുൻ എച്ച് എം പ്രഭാകരൻ സാർ കാലൊടിഞ്ഞ് മെഡിക്കൽ കോളേജിൽ എത്തി. മകൻ എന്നെ കാണാൻ വന്നപ്പോൾ, പരിഹാസവും വേദനയും നിറഞ്ഞ ശബ്ദത്തിൽ സ്വന്തം അനുഭവം വിവരിച്ചു. വേദനകൊണ്ട് പുളയുന്ന രോഗിയെ പരിശോധിക്കാതെ ഡോക്ടർ തന്റെ വീട് സ്ഥിതിചെയ്യുന്ന സ്ഥലവും അവിടെ എത്തിച്ചേരാനുള്ള വഴിയും വിശദമായി പറഞ്ഞുകൊടുത്തു. അവിടെ ചെന്ന് പണം നല്കിയ ശേഷമാണ് ചികിത്സ തുടങ്ങിയത്. ഇങ്ങനെ എത്രയെത്ര അനുഭവങ്ങൾ. സാധാരണക്കാരന് ആശ്വാസമേകേണ്ട സർക്കാർ ആശുപത്രി ഒരു കൂട്ടം കൊള്ളക്കാരുടെ കൈയിലാണ്. 'സ്ഫുടതാരകൾ കൂരിരുട്ടിലുണ്ട്' എന്ന വാക്കുകൾ അന്വർത്ഥമാക്കുന്ന ഫസൽ സാറും ശിവപ്രസാദ് സാറും ഒക്കെ രോഗികളുടെ പ്രത്യക്ഷദൈവങ്ങൾ ആയതിൽ അത്ഭുതമില്ല. അവരെക്കുറിച്ച് പറയുമ്പോൾ രോഗികൾക്ക് നൂറ് നാവാണ്. കാണുന്നത് തന്നെ ഭാഗ്യമായി കരുതുന്നവർ.

സ്കിൻ സ്റ്റാപ്ലർ കൊണ്ടുള്ള സ്റ്റിച്ച് ഒന്നിടവിട്ട് നാലു ദിവസമായാണ് എടുത്ത് തീർന്നത്. ആദ്യത്തെ ദിവസം കരഞ്ഞു പോയി. പ്ലാസ്റ്റിക് സർജറി ഒ പിയിൽ വീൽച്ചെയറിൽ പോകും. ചിലപ്പോൾ അവിടെ തിരക്കിൽ കുറേ സമയം കാത്തിരിക്കേണ്ടിയും വന്നു. അവസാന ദിവസം ഫോട്ടോ എടുത്തു. ആറ്റിങ്ങൽ ബി ടി എസിൽ പഠിപ്പിച്ച ശിവദാസൻ സാറിന്റെ ഇളയമകൾ ലിസി പ്ലാസ്റ്റിക് സർജറി ഡിപ്പാർട്ട്മെന്റിലെ ജൂനിയർ ഡോക്ടറാണ്. എനിക്ക് ആളെ തിരിച്ചറിയാൻ കഴിഞ്ഞില്ലെങ്കിലും അവളെന്നെ തിരിച്ചറിഞ്ഞു. ലിസി ആറ്റിങ്ങൽ ബി ടി എസിൽ എന്റെ ജൂനിയറായിരുന്നു. സർജറി കഴിഞ്ഞ് പ്ലാസ്റ്റിക് സർജറിക്ക് തൊട്ടുമുൻപ് തിയേറ്ററിൽ വച്ചും ഫോട്ടോ എടുത്തുവെന്ന് ലിസിയുടെ കൂട്ടുകാരി ഡോക്ടർ പറഞ്ഞു. അതുവരെയുള്ള ഹിസ്റ്ററി എഴുതി ഫയൽ ക്ലോസ് ചെയ്യാൻ ബിനോയ് സാർ അസിസ്റ്റന്റിനോട് പറഞ്ഞു. റിവ്യൂവിന് വരുമ്പോൾ പ്ലാസ്റ്റിക് സർജറി ഒ പിയിലും ചെല്ലാൻ നിർദ്ദേശിച്ചു.

തിരികെ റൂമിൽ വന്ന് സൂക്ഷ്മമായി പരിശോധിച്ചപ്പോൾ ഒരു സ്കിൻ സ്റ്റാപ്ലർ എടുത്തിട്ടില്ല. സാർ റൗണ്ട്സിനു വന്നപ്പോൾ പറഞ്ഞു. ഉടൻ തന്നെ അതെടുക്കാൻ ഏർപ്പാടാക്കി. പിറ്റേന്ന് ഡിസ്ചാർജ് ചെയ്യാമെന്നു പറഞ്ഞു.

ഓണാവധി കഴിഞ്ഞ് വന്നതിനുശേഷം ഒരുദിവസം പോലും സാർ വരാതിരുന്നിട്ടില്ല. ചില ദിവസങ്ങളിൽ പ്രഭാതത്തിലേ ഉള്ളിൽ വിഷാദം

നിറയും. അപ്പോഴാവും പ്രകാശം പരത്തിക്കൊണ്ടുള്ള സാറിന്റെ വരവ്. തമാശയും ചിരിയുമായി മിനിറ്റുകൾക്കകം പോകുമെങ്കിലും അപ്പോൾ പകർന്ന് കിട്ടുന്ന സന്തോഷം ദിവസം മുഴുവൻ നിലനില്ക്കും. ശനി, വ്യാഴം ദിവസങ്ങളിൽ വിചാരിക്കും ഇന്ന് ഓപ്പറേഷൻ തീയതി അല്ലേ, സാർ ഇന്ന് വരില്ലായിരിക്കും. ഓപ്പറേഷൻ തീയേറ്ററിൽ നിന്നിറങ്ങിയാൽ സാർ നേരെ റൂമിൽ വരും.

താളം തെറ്റിയ വീട്

അങ്ങനെ 2000 സെപ്തംബർ 20-ാം തീയതി ആശുപത്രി ജീവിതം മതിയാക്കി വീട്ടിലേക്ക് മടങ്ങി. പോരും മുമ്പ് റീത്തയുടെ സ്റ്റൗവും മറ്റും ഗോപനെ ഏല്പിച്ചു. ലിഫ്റ്റിൽ താഴെയിറങ്ങി. സാധനങ്ങൾ കാറിൽ വയ്ക്കാൻ അപ്പോൾ എത്തിയ അയൽവാസി വിജയൻ സാറും സഹായിച്ചു. കാറിന്റെ പിൻസീറ്റിൽ കുഞ്ഞമ്മയുടെയും ശ്രീയേട്ടന്റെയും നടുവിലിരുന്നു. പോത്തൻകോട് വഴിയായിരുന്നു മടക്കയാത്ര. ഗട്ടറുകൾ വേദനിപ്പിച്ചു. വീട്ടിലെത്തിയപ്പോൾ കമലാക്ഷിഅമ്മയും മോനും ഓടി വന്നു.

വീടാകെ വലയും പൊടിയും പിടിച്ച് വികൃതമായിരുന്നു. കുഞ്ഞമ്മ കിടപ്പുമുറി വൃത്തിയാക്കി. ഷീറ്റുകളും തലയിണ ഉറകളും മാറ്റി. ഓടി നടന്ന് ജോലി ചെയ്തിരുന്ന വീട്ടിൽ ഇനി എത്ര നാൾ ഈ കിടക്കയിൽ കിടക്കണം.

ഉണ്ണി അനിയൻ വസന്തച്ചേച്ചിയെയും കൂട്ടി 21-ാം തീയതി രാവിലെ തന്നെ എത്തി. അമ്മ വന്നപ്പോൾ കുഞ്ഞമ്മ പോയി. ആദ്യമായി കുഞ്ഞമ്മയാണ് കുളിപ്പിച്ചതും തലതോർത്തിയതും ഒക്കെ. ഒരു ദിവസം ശ്രീയേട്ടൻ കുളിപ്പിച്ചു. പിന്നെ അമ്മ കുളിക്കാൻ സഹായിക്കും. വസന്തച്ചേച്ചി തല തുവർത്തും. വയറിൽ ഉറപ്പിച്ചിരുന്ന ബെൽറ്റ് കുളിക്കുന്നേരം മാത്രം ഊരും. അത് ശ്രീയേട്ടൻ സ്കൂളിൽനിന്നും വന്ന ശേഷമാണ് വീണ്ടും ഉറപ്പിക്കുന്നത്. നല്ല ബലം പ്രയോഗിക്കണം. വൈകുന്നേരം വരാത്ത ദിവസങ്ങളിൽ മാക്സിക്കുമീതെ വസന്തച്ചേച്ചിയെക്കൊണ്ട് ഇടിക്കും.

ഇടതു നെഞ്ചിൽ ഭാരം കയറ്റിവെച്ചിരിക്കും പോലെ തോന്നും. തുമ്മൽ കൂടപ്പിറപ്പുപോലെയുണ്ടല്ലോ. തുമ്മുമ്പോഴും ചുമയ്ക്കുമ്പോഴും വയർ വല്ലാതെ വേദനിച്ചു. മാറിലെ വേദനയേക്കാൾ വയറിലെ വേദന

യായിരുന്നു അസഹ്യം. നടക്കുമ്പോഴും ഇരിക്കുമ്പോഴും ഒക്കെ വേദന യാണ്.

പത്തു മിനിറ്റ് ഒരുമിച്ചിരുന്ന് സംസാരിച്ചിട്ടുള്ളവരെയെല്ലാം കൂട്ടുകാരാക്കുന്ന സ്വഭാവമായതുകൊണ്ട് സന്ദർശകരൊഴിഞ്ഞ ദിനങ്ങൾ കുറവായിരുന്നു. ശ്രീയേട്ടൻ മുമ്പ് ജോലി ചെയ്ത സ്കൂളിലെ അദ്ധ്യാപകർ, ഞാൻ ജോലി ചെയ്തിട്ടുള്ള സ്കൂളുകളിലെ അദ്ധ്യാപകർ, ഡി പി ഇ പി ക്ലസ്റ്ററുകളിലും കോഴ്സുകളിലും പരിചയപ്പെട്ടവർ ഒക്കെ ഒന്നിലധികം പ്രാവശ്യം വന്നു. വരുന്നവർ എന്നെ സമാധാനിപ്പിക്കുന്നതിന് പകരം ഞാൻ അവരെ സമാധാനിപ്പിക്കുകയായിരുന്നു. തൊട്ടതിനും പിടിച്ചതിനും ഒക്കെ കരയുന്ന ജയന്തിക്ക് ഈ ധൈര്യം എങ്ങനെ കിട്ടിയെന്ന് എല്ലാവർക്കും അത്ഭുതം. ആശുപത്രിയിലെ അനുഭവങ്ങളും സ്നേഹവും ദയയുമുള്ള ഡോക്ടർമാരും എന്നിൽ വരുത്തിയ മാറ്റം വലുതായിരുന്നു.

ശാരീരിക വേദനയേക്കാൾ മാനസികവേദന അനുഭവിച്ച ദിനങ്ങൾ കുറവല്ലായിരുന്നു. വീട്ടിലെ ചിട്ടകൾ ഞാൻ കിടപ്പിലായതോടെ താളം തെറ്റി. അമ്മയുടെ സംസാരവും പ്രവൃത്തികളും ശ്രീയേട്ടനും മോനും പിടിക്കില്ല. അവരുടേത് അമ്മയ്ക്കും. മോൻ കിട്ടിയ അവസരം നല്ലപോലെ മുതലെടുത്തു. അമ്മ പറഞ്ഞാൽ അനുസരിക്കില്ല. വസന്തച്ചേച്ചിയെയും അമ്മയെയും ഭരിക്കും. അമ്മ ശ്രീയേട്ടനെ കുറ്റപ്പെടുത്തി സംസാരിച്ചാൽ എനിക്കിഷ്ടമാകില്ല. അമ്മയോട് ഞാൻ പരിഭവിക്കും. അമ്മ കരച്ചിലും പയ്യാരം പറച്ചിലും തുടങ്ങും. ശ്രീയേട്ടൻ അമ്മയെ കുറ്റപ്പെടുത്തിയാലും എനിക്കിഷ്ടപ്പെടില്ല. പക്ഷേ, തിരിച്ചൊന്നും പറയാനൊക്കില്ലല്ലോ ഹോ... എത്ര ഭയങ്കരങ്ങളായ ദിവസങ്ങളായിരുന്നു അത്. ഒരു ദിവസം സങ്കടം സഹിക്കാതെ പറഞ്ഞു. “എന്റെ ശരീരവും മനസ്സും തളർന്നിരിക്കുകയാണ്. ഇങ്ങനെയൊക്കെ സംസാരിച്ചാൽ എനിക്ക് താങ്ങാനാവില്ല.” ശ്രീയേട്ടനും സങ്കടം വന്നു. ഞാനെന്റെ വിഷമം ആരോടാണ് പറയേണ്ടത് എന്നു ചോദിച്ചു കരഞ്ഞു.

കല്യാണം കഴിഞ്ഞ ശേഷം രണ്ടാമത്തെ പ്രാവശ്യമാണ് ഞാൻ ശ്രീയേട്ടനെ അന്ന് കരയിച്ചത്. ആദ്യത്തേത് പത്തുപതിമൂന്നു വർഷങ്ങൾക്ക് മുമ്പാണ്. ശ്രീയേട്ടൻ രാത്രി വരാൻ പതിവിലും വൈകിയാൽ ടെൻഷൻ തുടങ്ങുകയായി. വീട്ടിൽ മറ്റെല്ലാവരും ഉറക്കമാകും. ക്ലോക്കിന്റെ ടിക് ടിക് ശബ്ദം പോലും പേടിപ്പെടുത്തും. കരച്ചിൽ തുടങ്ങും. എന്തെങ്കിലും ആപത്തു വന്നു കാണുമോ എന്നാണ് പേടി. അന്ന് പന്ത്രണ്ട് മണി ആകാറായിക്കാണും വന്നപ്പോൾ. കരഞ്ഞ് കരഞ്ഞ് മുഖം വീങ്ങിയും കണ്ണുകലങ്ങിയുമിരുന്നു. കതകിൽ മുട്ടിയപ്പോൾ കതക് തുറന്നു കൊടുത്തിട്ട് കരച്ചിൽ തുടർന്നു. ചോദ്യങ്ങൾക്കൊന്നും ഉത്തരം പറഞ്ഞില്ല. ഉച്ചത്തിൽ കുറേ വഴക്കു പറഞ്ഞു. അവസാനം ശ്രീയേട്ടനും കരച്ചിൽ വന്നു. “വരാൻ താമസിച്ചതിനു കാരണം നീ ചോദിച്ചോ? ഞാനിതുവരെ പാവപ്പെട്ട ഒരു രോഗിയെ മെഡിക്കൽ കോളേജിലെത്തിക്കാൻ ആളുകളോട് കാശ് തെണ്ടുകയായിരുന്നു.” പിന്നെ എന്റെ ശ്രമം ശ്രീയേ

ട്ടനെ സമാധാനിപ്പിക്കാനായിരുന്നു. ഇനി ഒരിക്കലും ഞാനിങ്ങനെ കാണിക്കില്ല എന്ന് വാക്കു കൊടുക്കുകയും ചെയ്തു. പിന്നീടിതുവരെ എത്ര താമസിച്ചാലും മുഖം വീർപ്പിച്ചിട്ടേയില്ല. എന്തെങ്കിലും തക്കതായ കാരണം കാണും എന്നറിയാം. എങ്കിലും വരാൻ വൈകിയാൽ ഉള്ളിൽ തീയാണ്.

പതിമൂന്ന് വർഷങ്ങൾക്കുശേഷം വീണ്ടും ശ്രീയേട്ടനെ സങ്കടപ്പെടുത്തി കരയിച്ചു. എന്റെ വേദനയും സങ്കടവുമൊക്കെ മറന്ന് ശ്രീയേട്ടനെ ആശ്വസിപ്പിച്ചു. അതിനുശേഷം ശ്രീയേട്ടൻ അത്തരം സന്ദർഭങ്ങൾ ഒഴിവാക്കാൻ ശ്രദ്ധിച്ചിരുന്നു.

അമ്മ പാത്തോളജിയിൽ പോയി റിസൾട്ട് വാങ്ങി. നെഗറ്റീവ് ആണ്. എല്ലാവർക്കും സന്തോഷമായി. മൂന്നുമാസത്തെ വിശ്രമത്തിന് ശേഷം സ്കൂളിൽ പോകാമല്ലോ. ഞാൻ കണക്കുകൂട്ടി. പക്ഷേ, കൂടുതൽ ദുരിതങ്ങൾ വരാനിരിക്കുന്നതേ ഉണ്ടായിരുന്നുള്ളൂ.

ഒരു മാസത്തിനുശേഷം ഒ പിയിൽ ചെന്ന് സാറിനെ കണ്ടു. പ്ലാസ്റ്റിക് സർജറിയെക്കുറിച്ച് എന്നോട് അഭിപ്രായം ചോദിച്ചു. പുതിയ കുറേ കുട്ടികളായിരുന്നു സാറിന്റെ കൂടെ. വ്യക്തമായ ഒരുത്തരം നല്കിയില്ല. ഇവിടെ തിരക്കിൽ ഒന്നും വിശദമായി സംസാരിക്കാൻ പറ്റില്ല. വീട്ടിൽ ഒരു ദിവസം വരണം. സാർ പറഞ്ഞു. ഇന്നു തന്നെ ആർ സി സിയിൽ പോകണം. അവിടേക്ക് റഫർ ചെയ്തു. പോകും മുമ്പ് പ്ലാസ്റ്റിക് സർജറി ഒ പിയിൽ കൂടി കയറാൻ പറഞ്ഞു. രാധാകൃഷ്ണൻ സാറിനോട് വിവരങ്ങൾ പറഞ്ഞ് പ്ലാസ്റ്റിക് സർജറി ഒ പി യിലെത്തി. ബിനോയ് സാറും നന്ദകുമാർ സാറും ശ്രീകുമാർ സാറും ലിസിയും ഒക്കെ ഉണ്ടായിരുന്നു. ഒരു മാസം കഴിഞ്ഞ് വീണ്ടും ചെല്ലാൻ ഒ പി ടിക്കറ്റിൽ കുറിച്ചുതന്നു.

ആർ സി സി എന്ന പേടിസ്വപ്നത്തിലേക്ക്

ആർ സി സിയിൽ എത്തിയപ്പോൾ വെറും ചെക്കപ്പിനായിരിക്കും എന്നാണ് കരുതിയത്. ഇതുവരെ തരണം ചെയ്ത പരീക്ഷണങ്ങളേക്കാൾ കഠിനമായത് അവിടെ കാത്തിരിക്കുന്നത് ഊഹിച്ചതുപോലുമില്ല.

മണിക്കൂറുകൾ നീണ്ട കാത്തിരിപ്പിനൊടുവിൽ ഒ പി റൂമിലെത്തി. ഓപ്പറേഷൻ കഴിഞ്ഞതിനുശേഷം വളരെ സമയത്തെ ഇരിപ്പും നടപ്പുമൊക്കെ അസ്വസ്ഥപ്പെടുത്തി. രാജൻ എന്ന ഡോക്ടറാണ് പരിശോധിച്ചത്. ആകാംക്ഷയും പേടിയും ഒക്കെ മുഖത്ത് പ്രതിഫലിച്ചിരുന്നിരിക്കണം.

“ജയന്തി പേടിച്ചിരിക്കയാണോ. പേടിക്കുകയൊന്നും വേണ്ട കേട്ടോ, കൂടെ ആരാ വന്നിരിക്കുന്നത്?” അദ്ദേഹം ചോദിച്ചു.

ശ്രീയേട്ടൻ അകത്തേക്കു വന്നു. എന്നെ പുറത്തിറക്കിയ ശേഷം വീണ്ടും അകത്തുപോയി. അഞ്ചു മിനിറ്റ് കഴിഞ്ഞ് പുറത്തുവന്നു. പതുക്കെപ്പറഞ്ഞു.

“നാല് ഇൻജക്ഷൻ എടുക്കണം. മുടിമുഴുവൻ കൊഴിഞ്ഞു പോകും. ഇൻജെക്ഷൻ തുടങ്ങും മുമ്പ് കുറെ ടെസ്റ്റുകൾ-എക്സ് റേ, ഇ സി ജി, സ്കാൻ, ബ്ലഡ് കൗണ്ട് - ഒക്കെ നടത്തണം.”

ഓർക്കാപ്പുറത്തേറ്റ വെള്ളിടിയായിരുന്നു ആ വാക്കുകൾ. റിസൾട്ടിൽ നെഗറ്റീവ് ആയതുകൊണ്ട് കീമോതെറാപ്പി പ്രതീക്ഷിച്ചതേയില്ല. ഉള്ളിലെ സങ്കടം കണ്ണുനീരായി ഒഴുകാൻ തുടങ്ങി. ശ്രീയേട്ടൻ ദേഷ്യപ്പെട്ടു. “ചികിത്സ നിശ്ചയിച്ചാൽ ചികിത്സിക്കണം. കരഞ്ഞിട്ടൊന്നും കാര്യമില്ല.” പണിപ്പെട്ട് കണ്ണുനീരടക്കി. ഈ കണ്ണുനീരിന് ഒരു ഔചിത്യവുമില്ലല്ലോ.

തൂക്കവും ഉയരവുമൊക്കെ കേസ് ഷീറ്റിൽ രേഖപ്പെടുത്തി. വീണ്ടും റൂമിൽ കയറി. ടെസ്റ്റുകൾ നടത്താൻ കുറിച്ചുതന്നു. ശക്തിയേറിയ മരുന്നുകൾ ആണ് ഇൻജെക്ട് ചെയ്യുന്നത്. അതിന് ശരീരം ഫിറ്റ് ആണോ

എന്നറിയാൻ മെഡിക്കൽ കോളേജിലെ കാർഡിയോളജിസ്റ്റിന്റെ സമ്മത പത്രം വേണം. റഫർ ചെയ്ത് എഴുതിത്തന്നു. എത്രയും വേഗം മെഡിക്കൽ കോളേജിലെയും ആർ സി സിയിലെയും ടെസ്റ്റുകളും ഇൻജെക്ഷനുകളും ചെയ്യുക.

രാവിലെ വീട്ടിൽ നിന്നുമിറങ്ങുമ്പോൾ എന്തു സന്തോഷമായിരുന്നു. രണ്ടുമാസത്തെ കൂടി വിശ്രമം കഴിഞ്ഞാൽ സ്കൂളിൽ പോകാമെന്നൊക്കെ കണക്കുകൂട്ടി. മനുഷ്യർ കണക്കുകൾ കൂട്ടുന്നു. ദൈവം തിരുത്തിക്കുറിക്കുന്നു.

കനം തൂങ്ങുന്ന മനസ്സും ശരീരവുമായി ശ്രീയേട്ടന്റെ സഹായത്താൽ ആർ സി സിയിൽ നിന്നുമിറങ്ങി. സാറിനെക്കണ്ട് അഭിപ്രായമറിഞ്ഞിട്ട് മതി ആർ സി സിയിലെ ചികിത്സ വേണമോ വേണ്ടയോ എന്ന് നിശ്ചയിക്കുന്നതെന്ന് തീരുമാനിച്ചു. ഏഴ് മണി കഴിഞ്ഞാലേ സാറിനെ കാണാൻ പറ്റൂ. കുഞ്ഞമ്മയുടെ മകൻ കുഞ്ഞുമോന്റെ കവടിയാറിലുള്ള ഹോട്ടലിൽ പോയി. കെട്ടിടമുടമയുടെ വീട്ടിൽ പോയിക്കിടന്നു. അമ്മയെ കുഞ്ഞുമോൻ ബസ് കയറ്റി വിട്ടു. അമ്മ ചെന്നിട്ടേ വസന്തേച്ചിക്ക് പോകാൻ കഴിയൂ.

ഏഴുമണിയോടടുപ്പിച്ച് സാറിന്റെ വീട്ടിലെത്തിയപ്പോൾ മൂന്ന് നാല് രോഗികളും ബന്ധുക്കളും പുറത്തുണ്ട്. സാർ പരിശോധന തുടങ്ങിക്കഴിഞ്ഞു. ഊഴമെത്തിയപ്പോൾ അകത്തുകയറി. “പുറത്ത് രോഗികൾ എത്ര പേരുണ്ട്?” സാർ ചോദിച്ചു. “രണ്ടു മൂന്നു പേരുണ്ട്.” ശ്രീയേട്ടൻ മറുപടി നല്കി. “എനിക്ക് കുറച്ചുനേരം സംസാരിക്കാനുണ്ട്. പുറത്തിരിക്കുമോ? അവരെ നോക്കികഴിഞ്ഞ് സംസാരിക്കാം.”

പുറത്തിറങ്ങി റോഡിൽ ചെന്ന് വീട്ടിലേക്ക് ഫോൺ ചെയ്തു. തിരികെച്ചെന്നപ്പോൾ അവസാനത്തെ രോഗിയെ സാർ പരിശോധിക്കുകയായിരുന്നു.

തെറ്റിദ്ധാരണകൾ നീങ്ങുന്നു

ഒട്ടും പ്രതീക്ഷിക്കാത്ത വിഷയത്തെക്കുറിച്ചാണ് സാർ സംസാരിച്ചു തുടങ്ങിയത്. ഞങ്ങളെക്കുറിച്ച് സാറിനുണ്ടായ ചില തെറ്റിദ്ധാരണകൾ തിരുത്താൻ ആ കൂടിക്കാഴ്ച സഹായിച്ചു. എന്റെ ആദ്യത്തെ ഫോൺവിളിയും പിറ്റേന്ന് ശ്രീയേട്ടൻ വിളിച്ചതും ഞങ്ങൾ സാറിനെ കുരുക്കിലാക്കാൻ ശ്രമിക്കുകയാണെന്ന തോന്നൽ സാറിലുണ്ടാക്കി. പ്രൊഫഷനിൽ ധാരാളം ശത്രുക്കൾ സാറിനുണ്ട്. കൈക്കൂലി വാങ്ങാത്തതുതന്നെ കാരണം.

പെണ്ണായ ഞാൻ അപരിചിതനായ സാറിനെ വിളിച്ച് എന്റെ മാറിലെ മുഴയെക്കുറിച്ച് പറയാനിടയായ സാഹചര്യം സാറിനറിയില്ലല്ലോ. ഉണ്ണി അനിയൻ സാറിനെക്കുറിച്ചെന്നോടു പറഞ്ഞതുമുതൽ സാറിനെ കാണും വരെ ഞാനനുഭവിച്ച മാനസികവ്യഥ, അത് വാക്കുകൾ കൊണ്ട് വരച്ചു കാണിക്കാനാകില്ലല്ലോ.

എന്തായാലും തെറ്റിദ്ധാരണകൾ ഒക്കെ സംസാരിച്ച് തീർത്തു. പ്ലാസ്റ്റിക് സർജറിയെക്കുറിച്ചുള്ള അഭിപ്രായം വീണ്ടും ചോദിച്ചു. "എനിക്ക് ഇനിയും ഇത്തരത്തിൽ തീരുമാനങ്ങളെടുക്കേണ്ടതാണ്. ചെയ്തത് നല്ലതാണെന്നു തന്നെയാണോ കരുതുന്നത്. അതോ വേണ്ടായിരുന്നെന്നോ." സാറിന്റെ അന്വേഷണങ്ങൾക്ക് തൃപ്തികരമായ മറുപടി അപ്പോഴും നല്കാൻ കഴിഞ്ഞില്ല. എന്തൊക്കെയോ പറഞ്ഞു ആകെ വല്ലാത്ത അസ്വസ്ഥതയിലായിരുന്നു. തുടർന്നുള്ള ചികിത്സയെക്കുറിച്ചുള്ള ഭീതി, സാറിനെ വിഷമിപ്പിച്ചതിലുള്ള ദുഃഖം ഒക്കെക്കൂടി വല്ലാത്ത മനഃക്ലേശത്തിലായിരുന്നു.

കീമോ വേണ്ട എന്ന അഭിപ്രായമായിരുന്നു സാറിന്. എങ്കിലും അന്തിമതീരുമാനം മറ്റു ഡോക്ടർമാരുമായി ഇതേപ്പറ്റി ചർച്ചചെയ്ത

ശേഷം മതിയെന്ന് നിശ്ചയിച്ചു. അടുത്ത ആഴ്ച ആർ സി സിയിൽ വീണ്ടും പോയി എത്ര രൂപവേണ്ടിവരും എന്ന് തിരക്കാനും അവരാവശ്യപ്പെട്ട ടെസ്റ്റുകൾ നടത്താനും നിർദ്ദേശിച്ചു.

വളരെ വൈകിയാണന്ന് വീട്ടിലെത്തിയത്. രാത്രി ഉറങ്ങാനേ സാധിച്ചില്ല. എല്ലാം ഒരു ദുഃസ്വപ്നം പോലെ അവസാനിച്ചുവെന്ന് കരുതി സമാധാനിച്ചിരിക്കുമ്പോൾ ഇനിയും പേടിസ്വപ്നങ്ങൾ ബാക്കിയുണ്ടെന്നറിയുമ്പോഴുള്ള നിസ്സഹായത. ആർ സി സി ആശുപത്രിയിൽ കണ്ട രോഗികളുടെ രൂപവും ഭാവവും ഉള്ളിൽ തെളിഞ്ഞുവരുന്നു. സ്ട്രെച്ചറിലും വീൽച്ചെയറിലും കൊണ്ടുപോകുന്ന മനുഷ്യക്കോലങ്ങൾ. തൊപ്പികൊണ്ടും വിഗ്ഗ് കൊണ്ടും മൊട്ടത്തലകൾ മറച്ചും, മൊട്ടത്തല പ്രദർശിപ്പിച്ചും നടക്കുന്ന ആണുങ്ങൾ. സ്കാർഫും വിഗ്ഗും പർദ്ദകളും നേര്യതുകളും കൊണ്ട് തല മൂടിയ പെണ്ണുങ്ങൾ. പക്ഷേ, കൺപീലികളും പുരികത്തിലെ രോമങ്ങളും പൂർണ്ണമായും നഷ്ടപ്പെട്ടത് മറയ്ക്കാൻ കഴിയില്ലല്ലോ.

വെള്ളിയാഴ്ച ആർ സി സിയിൽ പോയി. പാത്തോളജി ഡിപ്പാർട്ട്മെന്റിൽ പോയി സ്ലൈഡ് വാങ്ങിക്കൊടുത്തു. എക്സ് റേയും സ്കാനിങ്ങും നടത്തി. ബ്ലഡ് കൗണ്ട് നോക്കി. ബീലാ ഡോക്ടറെ കണ്ടു. കാർഡിയോളജിസ്റ്റിന്റെ ഫിറ്റ്നസ് സർട്ടിഫിക്കറ്റ് കൂടി കിട്ടിക്കഴിഞ്ഞാൽ ഇൻജെക്ഷൻ തുടങ്ങാമെന്ന് ഡോക്ടർ പറഞ്ഞു. ആകെ എത്ര രൂപ വേണ്ടി വരുമെന്ന് ചോദിച്ചു. 2000 രൂപ ഒരു ഇൻജെക്ഷന്. 4 ഇൻജെക്ഷന് 8000 രൂപ. പിന്നെ മറ്റു ടെസ്റ്റുകൾ എല്ലാം കൂടി 10000 രൂപ ചെലവാകും.

മെഡിക്കൽ കോളേജിൽ എത്തിയപ്പോൾ ഒ പി സമയം കഴിഞ്ഞിരുന്നു. ഒരു ഡോക്ടർ റൂമിലുണ്ടായിരുന്നു. ചെന്ന് അത്യാവശ്യം അറിയിച്ചിട്ടും കനിവുണ്ടായില്ല. അടുത്ത ഒ പി ദിവസം ടിക്കറ്റും എടുത്ത് ചെല്ലാൻ പറഞ്ഞു. ശ്രീയേട്ടന്റെ കൂട്ടുകാരൻ രാമചന്ദ്രൻ സാർ ഉണ്ടായിരുന്നതുകൊണ്ട് ഇ സി ജി എടുക്കാൻ സാധിച്ചു.

പിറ്റേന്ന് സാറിനെ വിളിച്ചു. റിസൾട്ട് കാണിക്കാൻ ശ്രീയേട്ടൻ ചെന്നാൽ പോരെയെന്നു ചോദിച്ചു. പ്ലാസ്റ്റിക് സർജറിയെക്കുറിച്ചുള്ള അഭിപ്രായം ശ്രീയേട്ടന്റെ കൈയിൽ എഴുതിക്കൊടുത്തയക്കാനുള്ള അനുവാദവും വാങ്ങി.

അതിനടുത്ത ദിവസം ശ്രീയേട്ടന് തിരുവനന്തപുരത്ത് സംഘത്തിന്റെ കാര്യത്തിന് പോകേണ്ടിയിരുന്നു. അന്ന് സാറിനെയും കണ്ടു. സാർ പല ഡോക്ടർമാരുമായും എന്റെ കീമോ പ്രശ്നം ചർച്ച ചെയ്തിരുന്നു. അവർ രണ്ടു ചേരിയിലായിരുന്നു. ഒരു പക്ഷം വേണ്ടാ എന്ന അഭിപ്രായക്കാരും മറുപക്ഷം വേണം എന്ന അഭിപ്രായക്കാരും. വേണം എന്ന് വാദിച്ചവർ പറയുന്നത്, ഓപ്പറേഷൻ ചെയ്ത സമയത്ത് കുഴപ്പമുള്ള ഒരു കോശമെങ്കിലും രക്തത്തിൽ കലർന്നിട്ടുണ്ടെങ്കിൽ അത് ശരീരത്തിന്റെ ഏതെങ്കിലും ഭാഗത്ത് പറ്റിക്കൂടി വീണ്ടും കുഴപ്പമുണ്ടാക്കും. കീമോ എടുത്താൽ ആ കോശത്തെ മരുന്ന് നശിപ്പിക്കുകയും വീണ്ടും രോഗം വരാനുള്ള സാദ്ധ്യ

തയെ എന്നെന്നേക്കുമായി ഇല്ലാതാക്കുകയും ചെയ്യും എന്നാണ്. സാർ തീരുമാനമെടുക്കേണ്ട ചുമതല ഞങ്ങൾക്കു വിട്ടു തന്നു.

തീരുമാനമെടുക്കാൻ ശ്രീയേട്ടൻ പറഞ്ഞു. "To be or not to be" പച്ചിലമരുന്നു കഴിച്ചാൽമതി എന്ന ചിന്താഗതി അമ്മ പ്രകടിപ്പിച്ചു. റീത്ത ആദ്യം ആയുർവേദമോ ഹോമിയോപ്പതിയോ ചെയ്താൽ മതിയെന്നു പറഞ്ഞെങ്കിലും പിന്നീട് വ്യക്തമായ അഭിപ്രായം പറഞ്ഞില്ല. ഉറച്ച ഒരു തീരുമാനത്തിലെത്താൻ ബുദ്ധിമുട്ടി. അവസാനം രോഗസാദ്ധ്യത പൂർണ്ണമായും ഒഴിവാക്കാമല്ലോ എന്ന അഭിപ്രായത്തിന് മുൻതൂക്കം നല്കി കീമോ എടുക്കാൻ തന്നെ നിശ്ചയിച്ചു.

സാറിന്റെയും ബിനോയ് സാറിന്റെയും മേൽനോട്ടത്തിൽ നടന്ന ആദ്യത്തെ സർജറി-പ്ലാസ്റ്റിക് സർജറി കൂട്ടുകെട്ടായിരുന്നു എന്റേത്. സർജറി നടത്താൻ സാർ ഉപയോഗിച്ചത് ജോൺസൺ ആന്റ് ജോൺസൺ കമ്പനി പുതിയതായി വിപണിയിൽ ഇറക്കിയ രക്തം വളരെക്കുറച്ച് മാത്രം നഷ്ടപ്പെടുത്തുന്ന സിസേഴ്സ് ആണ്. അതുപയോഗിച്ചുള്ള ആദ്യത്തെ ശസ്ത്രക്രിയ എനിക്കായിരുന്നു. എല്ലാം കൊണ്ടും ഒരു പരീക്ഷണം എന്നുതന്നെ പറയാം. സർജറി ചെയ്തു ചെന്നപ്പോൾ എന്റെ മിൽക്ക് ഗ്ലാൻഡ്സ് എല്ലാം സാധാരണയിൽ കവിഞ്ഞ് വികസിച്ചിരിക്കുകയായിരുന്നു. രോഗം അവിടെയെല്ലാം ബാധിച്ചുകാണുമെന്ന് സാർ ഭയപ്പെട്ടു. പ്ലാസ്റ്റിക് സർജറി ചെയ്താൽ വിഫലമാകുമോ എന്നും സംശയിച്ചു.

"ഞാനെന്താ വേണ്ടത് പ്ലാസ്റ്റിക് സർജറി ചെയ്യണമോ അതോ പോകണമോ" എന്ന ബിനോയ് സാറിന്റെ ചോദ്യത്തിന് "സ്റ്റാർട്ട്" എന്നാണ് സാർ മറുപടി നല്കിയത്. എന്തും വരട്ടെ സ്ത്രീത്വത്തിന്റെ സിംബൽസിൽ ഒന്നില്ലാതെ എന്നെ സങ്കല്പിക്കാൻ സാറിനു കഴിഞ്ഞില്ലത്രേ. മറ്റു രോഗികളിൽനിന്നും ഞാൻ വ്യത്യസ്തയായിരുന്നുവത്രെ. ചെറുപ്പം, അദ്ധ്യാപിക ഇതൊക്കെ അതിനു കാരണമായിരിക്കാം. എന്തായാലും റിസൾട്ട് നെഗറ്റീവ് ആയിരുന്നു. അന്ന് സാറെടുത്ത തീരുമാനം എന്നെ സംബന്ധിച്ചിടത്തോളം നിർഭാഗ്യത്തിനിടയിലെ ഭാഗ്യവും.

കീമോ തെറാപ്പി തുടങ്ങുന്നു

ആദ്യത്തെ കീമോ എടുക്കുന്ന ദിവസം പിറന്നു. രാവിലെ 7 ന് വീട്ടിൽ നിന്നിറങ്ങി. മെഡിക്കൽ കോളേജിൽ കാർഡിയോളജി ഒ പി യിൽ വലിയ തിരക്കാണ്. ഒ പി ടിക്കറ്റ് എടുക്കുന്ന ക്യൂവിൽ ശ്രീയേട്ടനും ഡോക്ടറെ കാണുന്ന ക്യൂവിൽ അമ്മയും നിന്നു. വെള്ളവും ആഹാരവു മൊക്കെ അമ്മ കരുതിയിരുന്നു. 11.30 ആയി ഡോക്ടറുടെ അടുത്തെ ത്താൻ. സ്റ്റെതസ്കോപ്പ് പ്ലാസ്റ്റിക് സർജറി നടത്തിയ ഭാഗത്ത് അമർത്തി യപ്പോൾ നന്നായി വേദനിച്ചു.

ആർ സി സി യിലെത്തി അപ്പോയ്മെന്റ് പേപ്പർ ഇട്ടുകഴിഞ്ഞാൽ കുറഞ്ഞത് രണ്ടുമൂന്നു മണിക്കൂർ കഴിഞ്ഞേ ഡോക്ടറുടെ അടുത്തേക്ക് വിളിക്കൂ. ഡോക്ടർ നോക്കി മരുന്നിനെഴുതിത്തന്നാൽ അതു വാങ്ങാനും കുറഞ്ഞത് ഒരു മണിക്കൂർ ക്യൂവിൽ നില്ക്കണം. മരുന്നെടുത്ത് കൊടുത്തു കഴിഞ്ഞാലും രണ്ടു മണിക്കൂറെങ്കിലും പിടിക്കും കീമോവാർഡിനകത്ത് കിടത്താൻ. കിടന്നു കഴിഞ്ഞ് ഇരുപത് മിനിട്ട് കഴിഞ്ഞേ ഇൻജെക്ഷനും ഡ്രിപ്പും തരൂ. ഒരു മണിക്കൂർ നേരം കൊണ്ടേ ഡ്രിപ്പ് മുഴുവൻ ഇറങ്ങൂ. ഒരു ദിവസത്തെ കഷ്ടപ്പാട് വല്ലാതെ അസഹനീയം.

ഇതിനിടയിൽ കണ്ടുമുട്ടുന്നവരോടെല്ലാം സൗഹൃദം സ്ഥാപിക്കും. കൈക്കുഞ്ഞുമുതൽ വയോവൃദ്ധർവരെ രോഗികളുടെ കൂട്ടത്തിലുണ്ട്. ചില കുഞ്ഞുങ്ങൾ അച്ഛനമ്മമാരുടെ തോളിൽ തളർന്ന് ചാഞ്ഞ് കിടക്കുന്നു. മറ്റു ചിലർ ഓടി നടന്ന് ചിരിച്ച് ഉല്ലസിക്കുന്നു. മൊട്ടത്തലയന്മാരും തല ച്ചികളും തൊപ്പിക്കാരും കൂട്ടത്തിലുണ്ട്. നിവർന്നിരിക്കാൻ കെല്പുള്ള വർ പരസ്പരം പുഞ്ചിരി കൈമാറുന്നു. എല്ലാവരും ഒരേ തൂവൽപ്പക്ഷി കൾ. ഈ രോഗത്തിനു മാത്രം പ്രായഭേദമില്ല. ആരെയും എപ്പോൾ വേണ മെങ്കിലും പിടികൂടാം. ആരും അറിയാതെ പിടിമുറുക്കി മരണത്തോടടു

ക്കുമ്പോൾ ഇര തന്റെ പിടിയിൽനിന്നും ഒരിക്കലും രക്ഷപ്പെടില്ല എന്നുറപ്പുവരുമ്പോൾ മാത്രം പ്രത്യക്ഷപ്പെടും. അപൂർവ്വം ചിലരിൽ മാത്രം മുഴകളുടെ രൂപത്തിൽ തുടക്കത്തിലേ പ്രകടമാകും. ഹൃദയമൊഴികെ മറ്റേതു ശരീരഭാഗത്തും ഇവൻ ചെന്നെത്തും. കരളിലോ, മജ്ജയിലോ, തലയ്ക്കുള്ളിലോ, തൊലിയിലോ, രക്തത്തിലോ എവിടെയെന്നില്ല. പാവം രോഗികളും ബന്ധുക്കളും ഇവനുള്ളിൽ കൂടിയിരിക്കുന്ന വിവരം എങ്ങനെ അറിയാനാണ്. ഒടുവിൽ തന്റെ സാന്നിദ്ധ്യം പ്രകടിപ്പിക്കുമ്പോഴോ രോഗി അസഹനീയമായ വേദനയാൽ വരിഞ്ഞു മുറുക്കപ്പെടും. ചികിത്സയ്ക്കു വേണ്ടി വരുന്ന ചെലവോ, സാധാരണക്കാർക്ക് താങ്ങാൻ കഴിയാത്തതും പാവപ്പെട്ടവനെന്നോ പണക്കാരനെന്നോ വല്ല നോട്ടവുമുണ്ടോ ഇവന്? ഇല്ലേ ഇല്ല. പാവങ്ങൾ എന്തുചെയ്യും? ഒന്നുകിൽ ബന്ധുക്കൾ തെണ്ടാനിറങ്ങും. എത്രയാണ് തെണ്ടിയാൽ കിട്ടുക. ചിലർ പത്രപ്രവർത്തകരുടെ സഹായത്താൽ പത്രങ്ങളിൽ പരസ്യം നല്കും. മറ്റു ചിലർ മുഖ്യമന്ത്രിയുടെയും എം പിമാരുടെയും കനിവിനായി അപേക്ഷിക്കും. ചികിത്സയ്ക്കു വേണ്ട പണം കിട്ടുമോ? കിട്ടിയാൽത്തന്നെ അപ്പോഴേക്കും രോഗിയുടെ പ്രാണൻ കൂടുവിട്ട് പറന്നുപോയിക്കഴിയില്ലേ. ആരാണ് ഇതേക്കുറിച്ചൊക്കെ ചിന്തിക്കുന്നത്. ആരെപ്പിളർന്നും സ്വന്തം കാര്യം നോക്കുന്ന കൗരവമക്കൾ വിലസുന്ന ഇക്കാലത്ത് (അതോ എക്കാലത്തുമോ) വളരെയേറെപ്പേർ ഇങ്ങനെ ചികിത്സിക്കാൻ ആരുമില്ലാതെ ഒടുങ്ങുന്നു.

ആളും അർത്ഥവും ഉള്ളവരുടെ സ്ഥിതിയും അന്ത്യനിമിഷങ്ങളിൽ മാത്രം അറിഞ്ഞാൽ വ്യത്യസ്തമല്ല. ലക്ഷക്കണക്കിന് രൂപ ചികിത്സയ്ക്കായി ബന്ധുക്കൾ ചെലവഴിക്കും. പക്ഷേ, ആറുമാസം മുതൽ ഒരു വർഷം വരെ രോഗികൾ അനുഭവിക്കുന്ന പെടാപ്പാട് വാക്കുകളാൽ വരച്ചുകാട്ടാൻ ആരാലും സാദ്ധ്യമല്ല. താൻ മരിച്ചുകൊണ്ടിരിക്കുകയാണെന്നറിഞ്ഞുകൊണ്ട് ദിവസങ്ങൾ തള്ളിനീക്കുക. ഹൊ! അതെത്ര ഭീകരമായ അവസ്ഥയാണ് ഇഞ്ചിഞ്ചായി വേദനിച്ച്.

ആശുപത്രി കെട്ടിടത്തിന്റെ മുകളിൽ നിന്നെടുത്തു ചാടിയും വിഷം കഴിച്ചും തൂങ്ങിയും ട്രെയിനിനു മുന്നിൽ ചാടിയും വേദനയിൽനിന്നും മോചനം നേടിയവരും നിരവധി. ദൈവം നല്കിയ ജീവൻ ദൈവം തരുന്ന എല്ലാ വേദനകളും സഹിച്ച് ദൈവം തന്നെ തിരിച്ചെടുക്കുന്നതുവരെ നിസ്സഹായരായി കഴിയുന്നവരാണ് ഭൂരിപക്ഷവും. അതാണ് വേണ്ടതും.

കീമോയ്ക്കുള്ള മരുന്ന് കുറിക്കുമ്പോൾ ശ്രീയേട്ടൻ രാജൻ ഡോക്ടറോട് ചോദിച്ചു. “മുടി കൊഴിയാത്ത ഏതെങ്കിലും മരുന്നുണ്ടോ സാർ.” അതു കേട്ടപ്പോൾ ഉള്ളിൽ നിറഞ്ഞു കവിഞ്ഞ സങ്കടം പണിപ്പെട്ടൊതുക്കി. രണ്ടുപേരെയും നോക്കി ചിരിച്ചു. “ഇല്ല, ഏത് എടുത്താലും മുടി മുഴുവൻ പോകും. കീമോ നിർത്തുമ്പോൾ ഇപ്പോൾ ഉള്ളതിലും നല്ലത് മുളച്ചു വരും.”

മരുന്നെടുത്ത് കൊടുത്ത് കീമോ വാർഡിനുമുന്നിൽ ഇട്ടിരിക്കുന്ന

കസേരകളിലൊന്നിലിരുന്നു. അടുത്തിരുന്നത് വർക്കല കോളേജിൽ ഞങ്ങൾ പഠിക്കുമ്പോൾ അവിടെ കെമിസ്ട്രി പഠിപ്പിച്ചിരുന്ന സറ്റ്ലജ് ടീച്ചർ ആണ്. അമ്മയേയും കൊണ്ടു വന്നതാണ്. ഇതു മൂന്നാമത്തെ കീമോ യാണ്. എല്ലാത്തവണയും ടീച്ചറാണ് അമ്മയെ കൊണ്ടുവരുന്നത്. അതു കൊണ്ടിവിടത്തെ ചിട്ടവട്ടങ്ങളൊക്കെ നന്നായറിയാം. ഊണ് കഴിച്ചില്ലെ ങ്കിൽ ഉണ്ടിട്ടു വരാൻ ടീച്ചർ പറഞ്ഞു.

ടീച്ചർ ഊണ് കൊണ്ടുവന്നിരുന്നു. അമ്മയെ അകത്തുകയറ്റി. രണ്ടു മണിക്കൂർ കഴിഞ്ഞേ ഇനി പുറത്തു വരൂ. ടീച്ചർ കീമോ എടുത്തു കഴിയു മ്പോൾ ഉണ്ടാകുന്ന ശാരീരികാസ്വസ്ഥതകളെക്കുറിച്ച് വിവരിച്ചു തന്നു. ആദ്യത്തെ രണ്ടുമൂന്നു ദിവസം ഛർദ്ദിൽ ഉണ്ടാകും. ഉറക്കം വളരെ കുറ വായിരിക്കും. അടിമുതൽ മുടിവരെ അസ്വസ്ഥതകൾ പ്രകടമാകും. ഭക്ഷണം കഴിക്കാൻ ബുദ്ധിമുട്ടനുഭവപ്പെടും. പല്ലുകൾ ആടുന്നതുപോലെ തോന്നും. തലയ്ക്കകത്ത് വേദനയും ഭാരവും തോന്നും. ശരീരത്തിന് ഒരു ബലവും കാണില്ല. കുറച്ചു ദിവസങ്ങൾക്കകം തലമുടി മുഴുവൻ പൊഴി ഞ്ഞു പോകും. പുരികത്തും കൺപോളയിലും എന്നു വേണ്ട ശരീരത്തിൽ എവിടെയെല്ലാം മുടിയുണ്ടോ അതെല്ലാം ഒന്നില്ലാതെ കൊഴിയും. രോഗി പെട്ടെന്ന് വികാരങ്ങൾക്കടിമയാകും. കോപവും സങ്കടവുമെല്ലാം പെട്ടെന്ന് വരും. വായ്ക്കുള്ളിൽ പൊക്കലുകൾ വരും. പത്ത്പന്ത്രണ്ട് ദിവസങ്ങൾ കഴിയുമ്പോൾ അസ്വസ്ഥതകൾ കുറഞ്ഞുവരും. അപ്പോഴേക്കും അടുത്ത കീമോ എടുക്കേണ്ട സമയമാകും..

എല്ലാം അറിഞ്ഞിരുന്നാൽ അനുഭവിക്കുമ്പോൾ പേടിതോന്നുകയി ല്ലല്ലോ. മനസ്സിന്റെ ധൈര്യമാണ് പ്രധാനമെന്ന് ടീച്ചർ കൂട്ടിച്ചേർത്തു. തളർന്ന് വീഴരുത്. കൂളായി നേരിടണം. തുടക്കത്തിലേ കണ്ടുപിടിച്ചതു കൊണ്ട് ഇതുകൂടി കഴിഞ്ഞാൽ ഒന്നും ഭയപ്പെടാനില്ലെന്നും ആശ്വസി പ്പിച്ചു.

സാധാരണ കഴിക്കുന്ന ആഹാരങ്ങൾ പോരാ. രോഗിയുടെ ആഹാരക്രമത്തെക്കുറിച്ചും നല്ല ഒരവബോധം ലഭിച്ചു. പഴങ്ങളും പച്ച ക്കറികളും ധാരാളം കഴിക്കണം. പത്തു ദിവസം കഴിയുമ്പോഴും ഇൻജെ ക്ഷൻ എടുക്കുന്ന അന്നും രക്തം ടെസ്റ്റ് ചെയ്ത് കൗണ്ട് നോക്കും (ഹീമ റ്റോളജി ടെസ്റ്റ്). കൗണ്ട് കുറവാണെങ്കിൽ കീമോ എടുക്കില്ല. ചികിത്സ യുടെ കാലാവധി നീണ്ടുപോകും. അതുകൊണ്ട് ഭക്ഷണക്കാര്യത്തിൽ വളരെ ശ്രദ്ധിക്കണം. ചവച്ചുകഴിക്കാൻ ബുദ്ധിമുട്ടനുഭവപ്പെടും. ജ്യൂസാക്കി കഴിക്കണം. ഈന്തപ്പഴം, അണ്ടിപ്പരിപ്പ്, കൂവരക്, ഉണക്കമുന്തിരിങ്ങ, കരിക്ക് ഇവയൊക്കെ കഴിച്ചാൽ കൗണ്ട് കൂട്ടാം. രണ്ടുനേരം കുളി നിർബ്ബന്ധം. ശരീരം അല്പമെങ്കിലും തണുക്കണ്ടേ. എത്രമാത്രം വീര്യമുള്ള മരുന്നാ ണ് ശരീരത്തിൽ കയറ്റുന്നത്.

ടീച്ചറിന്റെ അമ്മ പുറത്തിറങ്ങിയപ്പോഴാണ് എന്റെ പേര് വിളിച്ചത്.

എന്നോടൊപ്പം ആദ്യമായി കീമോ എടുക്കുന്ന എന്നോളം പ്രായമുള്ള മറ്റൊരാൾ കൂടി ഉണ്ടായിരുന്നു. കട്ടിലിൽ കിടത്തി പത്തുമിനിറ്റായപ്പോൾ അവർക്ക് പരിഭ്രമമായി. "എനിക്ക് ഇൻജെക്ഷൻ തരാൻ മറന്നുവെന്ന് തോന്നുന്നു. ഒന്ന് സിസ്റ്ററിനെ വിളിക്കാമോ." "കുറച്ചുകൂടി കഴിഞ്ഞിട്ടേ തരികയുള്ളൂ." ടീച്ചറുടെ അടുത്തിരുന്നതുകൊണ്ട് എനിക്കെല്ലാം ഹൃദിസ്ഥം.

ചുവന്ന നിറത്തിലുള്ള ഒരു മരുന്ന് ഇൻജെക്റ്റ് ചെയ്തു. ഒരു മിനിറ്റായപ്പോൾ അടിമുതൽ മുടിവരെ ഒരു മുറുക്കം അനുഭവപ്പെട്ടു. സിറിഞ്ചിന്റെ നീഡിൽ എടുത്തശേഷം ഡ്രിപ്പ് കയറ്റി. ഇനി ഒരു മണിക്കൂർ കിടക്കണം. മരുന്ന് തീർന്നാലുടൻ സിസ്റ്ററെ വിളിക്കണം. ഇല്ലെങ്കിൽ രക്തം തിരികെ കയറും. പിരിയും മുമ്പ് സറ്റ്ലജ് ടീച്ചർ ഓർമ്മിപ്പിച്ചിരുന്നു.

ചുറ്റും നോക്കി. വലിയൊരു ഹാളാണ്. അമ്പതോളം കിടക്കകളിൽ രോഗികൾ കിടപ്പുണ്ട്. കുറേപ്പേർക്ക് കസേരയിൽ ഇരുത്തി മരുന്ന് കയറ്റുന്നുമുണ്ട്. ആദ്യമായി എടുക്കുന്നവർക്ക് കിടത്തിയേ എടുക്കൂ. ടീച്ചർ പറഞ്ഞതോർത്തു. ഇരിക്കുന്നവർക്ക് ഇതിനകം പരിചിതമാണ്. എല്ലാ മുഖങ്ങളിലും പേടിയും ദൈന്യതയും നിഴലിക്കുന്നു. മൂന്ന് നാല് വയസ്സു പ്രായം വരുന്ന ഒരു സുന്ദരിക്കുട്ടി സിറിഞ്ചുമായി സിസ്റ്റർ അരികിൽ വന്നപ്പോഴേ നിലവിളി തുടങ്ങി. അമ്മ വേദന ഉള്ളിലൊതുക്കി ശാന്തയാക്കാൻ പണിപ്പെടുന്നു. മറ്റൊരു സിസ്റ്ററുടെ സഹായത്താൽ കൈകാലുകൾ പിടിച്ചമർത്തി ഇൻജെക്ഷൻ നല്കി. ഡ്രിപ്പിറങ്ങിത്തുടങ്ങിയപ്പോൾ ബഹളം നിർത്തി അമ്മയോടു സംസാരം തുടങ്ങി.

ചുവരിൽ ഘടിപ്പിച്ചിരിക്കുന്ന ടി വിയിൽ ആരോഗ്യപരിപാടി നടക്കുകയാണ്. അതിൽ ശ്രദ്ധിക്കാൻ ഒരു വൃഥാശ്രമം നടത്തി. സിസ്റ്ററെ വിളിക്കാൻ പറഞ്ഞ രോഗിയുടെ ഭർത്താവ് കൂടെക്കൂടെ അവരുടെ അടുത്തെത്തി സമാധാനിപ്പിക്കുന്നു. സ്വയം സമാധാനിപ്പിക്കാൻ ശ്രമപ്പെടുന്നു. ശ്രീയേട്ടൻ പുറത്ത് രാജൻ ഡോക്ടറോട് സംസാരിക്കുകയാണ്.

"റിസൾട്ട് നെഗറ്റീവല്ലേ. കീമോ എടുക്കാതിരുന്നുകൂടെ."

"ഓപ്പറേഷൻ സമയത്ത് കുഴപ്പമുള്ള കോശങ്ങൾ രക്തത്തിൽ കലരാൻ അപൂർവ്വമായെങ്കിലും ചാൻസ് ഉണ്ട്. നിർഭാഗ്യവശാൽ കടന്നിട്ടുണ്ടെങ്കിൽ വീണ്ടും രോഗം വരും. കീമോ എടുത്താൽ അവ നശിച്ചുപോകും. രോഗം വീണ്ടും വരാനുള്ള സാദ്ധ്യത ഇല്ലാതാകും. മുടി പോകുമെന്നു കരുതി വിഷമിക്കണ്ട. ഇപ്പോഴുള്ളതിനേക്കാൾ നല്ലത് വീണ്ടും വരും. അതുവരെ വിഗ്ഗ് വച്ചാൽ മതി."

രാജൻ ഡോക്ടർ പോയിക്കഴിഞ്ഞപ്പോൾ ശ്രീയേട്ടൻ കീമോതെറാപ്പി വാർഡിനു പുറത്തിട്ടിരിക്കുന്ന കസേരകളിലൊന്നിൽ ചെന്നിരുന്നു. പലരുടേയും ബന്ധുക്കൾ ഡ്രിപ്പിറങ്ങി തീരും വരെ അകത്തും പുറത്തുമായി നില്ക്കുന്നു. അമ്മയും ശ്രീയേട്ടനും ഒന്നെത്തിനോക്കിയതുപോലുമില്ല.

അവസാന തുള്ളിയും ശരീരത്തിലിറങ്ങിക്കഴിഞ്ഞപ്പോൾ സിസ്റ്ററെ വിളിച്ചു. സൂചി മാറ്റിക്കഴിഞ്ഞ ഉടൻ മെല്ലെ എഴുന്നേറ്റു. തീർന്നാലുടൻ പലരും വാഷ്ബെയ്സിന് അരികിലേക്ക് ഓടുന്നു. ഓക്കാനവും ഛർദ്ദിലും കഴിഞ്ഞ് താഴെ നിലത്ത് തളർന്ന് കിടക്കുന്നു. മറ്റ് ചിലർ കസേരയിൽ തല ചായ്ച്ചിരിക്കുന്നു. ഇല്ല ഞാൻ ഛർദ്ദിക്കില്ല. മനസ്സിലുറപ്പിച്ചു. അമ്മയുടെയും ശ്രീയേട്ടന്റേയും അരികിലെത്തി തമാശയ്ക്ക് പരിഭവം നടിച്ച് പറഞ്ഞു.

"ഇതെന്തൊരു ഭർത്താവും അമ്മയുമാണ്. ആ കുട്ടിയുടെ ഭർത്താവ് എത്ര പ്രാവശ്യമാണ് അടുത്ത് ചെന്നത്. എന്നെ ഒന്ന് തിരിഞ്ഞു നോക്കിയതു പോലുമില്ല." പറഞ്ഞു നിർത്തിയത് ചിരിയോടെയാണ്. അമ്മയും ശ്രീയേട്ടനും ചിരിച്ചു. "പള്ളിക്കൂടത്തിൽ പോകാത്തവരല്ലല്ലോ ഞങ്ങൾ. അകത്തു വരേണ്ട കാര്യമൊന്നുമില്ല." ശ്രീയേട്ടൻ പറഞ്ഞു. "കുറച്ചുനേരം ഇരുന്നിട്ടു പോകാം." അമ്മ കസേര ഒഴിഞ്ഞു തന്നുകൊണ്ടു പറഞ്ഞു. "വേണ്ട നമുക്ക് വീട്ടിൽ പോകാം."

ശ്രീയേട്ടൻ ചേർത്തുപിടിച്ചു നടന്നു. നീതിസ്റ്റോറിൽനിന്നും ഉറക്ക ഗുളികയും ഛർദ്ദിക്കാതിരിക്കാനുള്ള മരുന്നും വാങ്ങി. ഛർദ്ദിക്കാതിരിക്കാനുള്ള മരുന്നിന് വലിയ വില.

"അത്യാവശ്യമുണ്ടെങ്കിൽ മാത്രം കഴിച്ചാൽ മതി ജയന്തീ." സറ്റ്ലജ് ടീച്ചർ ഉപദേശിച്ചിരുന്നു.

വണ്ടിയിലിരുന്ന് ഛർദ്ദിച്ചാൽ പകരാൻ പ്ലാസ്റ്റിക് കവറും കപ്പും അമ്മ കരുതിയിരുന്നു. ഒന്നും വേണ്ടി വന്നില്ല.

വീട്ടിലെത്തിയ ഉടൻ കുളിച്ചു. ചൂട് കഞ്ഞിയും പയറും കഴിച്ചു. ശരീരത്തിന് ഒരു ശക്തിയുമില്ലാത്ത പോലെ. രാത്രി ഉറക്കഗുളിക കഴിച്ചു. ഛർദ്ദിലിന്റെ മരുന്നു കഴിച്ചില്ല. ഉറക്കം അകലെയായിരുന്നു. പറഞ്ഞറിയിക്കാൻ കഴിയാത്ത അസ്വസ്ഥതകൾ തലയ്ക്കകത്തും ശരീരത്തിലും.

രണ്ടുമൂന്ന് ദിവസം ചെറിയ തോതിൽ സന്ധ്യക്ക് ഛർദ്ദിച്ചു. മരുന്ന് കഴിക്കില്ല എന്ന വാശിയിലായിരുന്നു. ഗർഭകാലത്ത് ആദ്യമാസങ്ങളിലുണ്ടാകുന്ന പോലെ മനംപുരട്ടലും ആഹാരത്തോട് വെറുപ്പും. എപ്പോഴും കിടക്കണമെന്ന് തോന്നും. എങ്കിലും അങ്ങനെ തോല്ക്കാൻ മനസ്സില്ലായിരുന്നു. സന്ദർശകർ വരുമ്പോഴെല്ലാം ഒരുപാട് വർത്തമാനം പറയുകയും ചിരിക്കുകയും ചെയ്തു.

റീത്ത വിളിച്ച് വിവരങ്ങൾ അന്വേഷിച്ചു. അവളുടെ ഒരു ബന്ധു കീമോ എടുത്തുകൊണ്ടിരിക്കുകയാണ്. അവരുടെ അവസ്ഥ വിവരിച്ചു. സറ്റ്ലജ് ടീച്ചർ പറഞ്ഞതൊക്കെ തന്നെ. അതിസുന്ദരി ആയിരുന്നത്രെ അവർ. ഇപ്പോൾ അവരെ കാണുന്നവർക്ക് സഹിക്കാനാവാത്തത്ര വൈരൂപ്യമുണ്ട്.

കൗണ്ട് നോക്കാൻ പോകുന്നതിന് രണ്ട് ദിവസം മുമ്പ് അയിഷയും

സുലോചന ടീച്ചറും വന്നു. അയിഷ ഉമ്മയുടെ അവസ്ഥ വിവരിച്ചു. അടുത്ത കീമോ എടുത്തു കഴിയുമ്പോൾ ശരീരത്തിന്റെ നിറം മാറിത്തുടങ്ങും. നഖത്തിൽ വരെ കറുപ്പ് വ്യാപിക്കും. ഉമ്മ ശാന്തസ്വഭാവക്കാരിയായിരുന്നു. ഇപ്പോൾ വലിയ ദേഷ്യമാണ്. തൊട്ടത്തിനും പിടിച്ചതിനുമൊക്കെ എല്ലാവരോടും ദേഷ്യപ്പെടും. ആഹാരം കഴിക്കാൻ നിർബ്ബന്ധിച്ചാൽ വഴക്കുപറയും. വാപ്പയോടു ഡോക്ടർ പറഞ്ഞത്രെ, രോഗിയുടെ കുഴപ്പമല്ല, മരുന്നിന്റെ കുഴപ്പമാണ് രോഗി ഇത്തരത്തിൽ പെരുമാറുന്നതെന്ന്. കീമോയുടെ കാലഘട്ടം കഴിച്ചു കിട്ടാൻ വളരെ പ്രയാസമാണ്. സുലോചന ടീച്ചർ, ജയന്തി ഇതും ധൈര്യപൂർവ്വം തരണം ചെയ്യും എന്ന അഭിപ്രായക്കാരിയായിരുന്നു.

കൂന്തൽസ്മരണകൾ

പത്താം ദിവസം കൗണ്ട് നോക്കാൻ ആർ സി സിയിൽ പോയി. വസന്തച്ചേച്ചി പതിവു സ്റ്റൈലിൽ തലമുടി കെട്ടിത്തന്നു. സഞ്ചിപ്പിരി പിന്നി മദ്ധ്യത്ത് മൂന്ന് നാലുവരി തെറ്റി ബൺ ഇട്ടു. കണ്ണാടിയിൽ നോക്കി. ഏകദേശം അരവരെ നീളമുള്ള ചുരുണ്ട മുടി. ഇതു മുഴുവൻ കൊഴിഞ്ഞു പോകില്ലേ ?

"ശ്രീയേട്ടാ പത്തു ദിവസമായല്ലോ ഇതുവരെ കൊഴിഞ്ഞില്ലല്ലോ."

"നിന്റെ മുടി കൊഴിയത്തില്ല. ചിലർക്കേ മുടി കൊഴിയൂ."

രണ്ടുപേരും ചിരിച്ചു. ഉള്ളിലോർത്തു. എത്രപേർ പ്രശംസിച്ച മുടിയാണ്. ഇനി ഇതു മുഴുവൻ കൊഴിഞ്ഞുപോകും. നഷ്ടങ്ങളുടെ പട്ടികയിൽ മുടിക്കും സ്ഥാനം.

7-ാം ക്ലാസിൽ പഠിക്കും വരെ അമ്മ കൂടെക്കൂടെ തോളറ്റം വച്ച് മുടി മുറിച്ചു കളയും. മൂന്ന് വർഷത്തെ ഇടവേളയ്ക്കു ശേഷം പ്രീഡിഗ്രിക്ക് വീണ്ടും കണ്ടു മുട്ടിയപ്പോൾ ഒരു കൂട്ടുകാരി അത്ഭുതപ്പെട്ടു. ജയന്തിയുടെ മുടി വളർന്ന വളർച്ച. മറ്റൊരു കൂട്ടുകാരി അവളെ ശാസിച്ചു. വേഗം ജയന്തിയുടെ മുടിയിൽ പിടിക്ക്. നിന്റെ കണ്ണ് തട്ടി അത് കൊഴിഞ്ഞു പോകേണ്ട.

എല്ലാവരും ചിരിച്ചു.

പിന്നീടും പല സന്ദർഭങ്ങളിൽ പലരും എന്റെ മുടിയെ പുകഴ്ത്തിയിട്ടുണ്ട്.

ടി ടി സിക്ക് പഠിക്കുമ്പോൾ ബി ടി എസിൽ രണ്ടാം നിലയിൽ ഷീലയോടൊപ്പം നില്ക്കുമ്പോൾ ജൂനിയറായി പഠിക്കുന്ന ധാരാളം മുടിയുള്ള ഒരു കുട്ടി താഴെക്കൂടി പോകുന്നതുകണ്ട് ഷീലയോട് പറഞ്ഞു.

"ആ മുടി നോക്ക് ഷീലേ, എന്തുഭംഗിയാ അല്ലേ."

"ജയന്തി പോകുമ്പോൾ പുറകുവശം കാണാൻ ഇതിനേക്കാൾ നല്ലതാ." ഷീല ചിരിച്ചുകൊണ്ട് തിരിച്ചു പറഞ്ഞു.

ഉഷ അവളുടെ അച്ഛൻ പേർഷ്യയിൽനിന്നും കൊണ്ടുവന്ന മുടിയിൽ പിടിച്ചിടാവുന്ന സ്ലൈഡ് തന്നു. "എനിക്കിതിടാൻ മുടിയില്ല. ജയന്തിക്കിട്ടാൽ നല്ലതാ."

ഡിഗ്രിക്കു പഠിക്കുമ്പോൾ ചിത്ര ഒരു ദിവസം പറഞ്ഞു. "ജയന്തിയുടെ രണ്ടായി പകുത്തതിൽ ഒരു ഭാഗം മുടിയെങ്കിലും എനിക്കുണ്ടായിരുന്നെങ്കിൽ!"

സഞ്ചിപ്പിരി പിന്നി നടുവിൽ ഒരു റബ്ബർ ബാന്റോ ബണ്ണോ പിടിച്ചിടും. അതാണ് സ്ഥിരം ഹെയർസ്റ്റൈൽ. നെടുമങ്ങാട് രാമപുരം സ്കൂളിൽ കൂടെ ജോലി ചെയ്തിരുന്ന സലീന ഒരു ദിവസം കമന്റടിച്ചു. "ജയന്തി എന്നും ഒരേ രീതിയിൽ തന്നെയാണ് മുടി കെട്ടുന്നത്. എനിക്കിത്ര മുടിയുണ്ടായിരുന്നെങ്കിൽ ഞാനെങ്ങനെയെല്ലാം കെട്ടുമായിരുന്നെന്നോ?" മറുപടി ഒരു ചിരിയിലൊതുക്കുകയാണ് പതിവ്.

കല്യാണത്തിന് പോലും തിരുപ്പൻ ഉപയോഗിച്ചില്ല. ശ്രീയേട്ടൻ പിന്നീടൊരിക്കൽ പറഞ്ഞു. "പെണ്ണ് കാണാൻ വരുമ്പോൾ മുടിമാത്രം ശ്രദ്ധിച്ചില്ല. വീട്ടിൽ തിരിച്ചെത്തിയപ്പോൾ ഇത്തിരിയെങ്ങാനും കാണും എന്നു വിചാരിച്ചു."

അതൊന്നും ഓർത്തിട്ടൊരു കാര്യവുമില്ല.

സഹരോഗിണിയുടെ നൊമ്പരം

കൗണ്ടു നോക്കുന്ന സ്ഥലത്ത് വലിയ തിരക്കായിരുന്നു. കാൽ മണിക്കൂറോളം നിന്നപ്പോൾ ഒരു കസേര ഒഴിഞ്ഞു. അടുത്തിരുന്ന രണ്ട് പേർ ബ്രസ്റ്റ് ക്യാൻസർ രോഗികൾ തന്നെ. ഒരാൾക്ക് 50 വയസ്സു കഴിയും. മറ്റേയാൾക്ക് 40 ഉം. സംസാരിച്ചു തുടങ്ങിയപ്പോൾ രോഗിയായതോർത്ത് വളരെ നിരാശരാണവരെന്നു മനസ്സിലായി. പ്രായം കൂടിയ ആളിന് ഒരു വേദന കൂടിയുണ്ട്. ഭർത്താവ് മരിച്ചു രണ്ട് പെൺമക്കളും കുടുംബസമേതം ഗൾഫിൽ. മോൻ ഇഷ്ടപ്പെട്ട പെണ്ണിനെക്കെട്ടി പിണങ്ങിക്കഴിയുന്നു. സമ്പത്ത് ധാരാളം. ആശുപത്രിയിൽ പോകാൻ കാറുവരെ വാങ്ങി. പക്ഷേ, സഹായത്തിന് ശമ്പളത്തിനാളെ സംഘടിപ്പിക്കേണ്ട ഗതികേട്. തനിക്കാരും ഇല്ലെന്ന തോന്നൽ. ഒക്കെക്കൂടി മരിച്ചാൽ മതി എന്ന ചിന്ത അവരെ ഭരിക്കുന്നു.

വർക്കലയിലെ പേരു കേട്ട ഒരു സ്വകാര്യ ആശുപത്രിയിലായിരുന്നു ഓപ്പറേഷൻ. വിറയൽ വന്നപ്പോൾ സിസ്റ്റർ ഒരു കമ്പിളിപ്പുതപ്പിട്ടു മൂടി. മുറിവ് ഇൻഫെക്ഷനായി പഴുത്തു. ഉണങ്ങിയപ്പോൾ വലിയ കുഴി. പിന്നെ തുടയിലെ മാംസം വെട്ടിയെടുത്ത് കുഴി നികത്തി. കുറെയേറെ വേദന അവർ തിന്നിരിക്കുന്നു. മൂന്ന് കീമോ കഴിഞ്ഞു. പല്ലുകൊണ്ട് ചവച്ച് ഒന്നും തിന്നാനാകാത്ത അവസ്ഥ. കണ്ണീരൊഴുക്കി അവർ കഥ പറഞ്ഞു തീരുവോളം ശ്രദ്ധിച്ചു കേട്ടിരുന്നു. മനസ്സിലെ ഭാരം കുറയട്ടെ.

പതുക്കെ ഉപദേശിക്കാൻ തുടങ്ങി. “ജീവിതം ഇങ്ങനെയൊക്കെത്തന്നെയാണ്. നാം ആഗ്രഹിക്കുന്നതുപോലൊന്നും നടക്കില്ല. ദൈവം തരുന്ന പരീക്ഷണങ്ങളെല്ലാം ധൈര്യപൂർവ്വം നേരിടണം. തുടക്കത്തിലേ കണ്ടെത്താനായത് ഭാഗ്യമെന്ന് കരുതണം. തല്ക്കാലത്തെ വിഷമങ്ങളെല്ലാം ചികിത്സ പൂർത്തിയാകുമ്പോൾ തീരും. ദ്രാവകരൂപത്തിലുള്ള

ഭക്ഷണം കഴിക്കണം. പഴങ്ങളും വേവിച്ച പച്ചക്കറിയും മിക്സിയിലടിച്ച് കുടിക്കണം. വേണ്ടെന്നു തോന്നിയാലും. രക്തത്തിൽ കൗണ്ട് കുറവു വന്നാലോ. ടി വി കണ്ടും പ്രാർത്ഥിച്ചും പുസ്തകങ്ങൾ വായിച്ചും സമയം നീക്കണം. ആളുകൾ സഹതാപം പറയുന്നത് ശ്രദ്ധിക്കാനേ പോകരുത്."

ഒരു കൊച്ചു കുഞ്ഞിനെപ്പോലെ അവരെല്ലാം കേട്ടു. അങ്ങനെ ചെയ്യാമെന്ന് വാക്കു തന്നു. അപ്പോഴേക്കും അകത്തേക്ക് വിളിച്ചു. ബ്ലഡ് എടുത്തു കഴിഞ്ഞാൽ ഒന്നൊന്നര മണിക്കൂർ കഴിഞ്ഞേ റിസൾട്ട് കിട്ടു. കോഫി ഹൗസിൽ പോയി മസാലദോശയും ചായയും കഴിച്ചു.

വളരെ വൈകിയാണന്ന് ഡോക്ടറെ കാണാൻ സാധിച്ചത്. കൗണ്ട് ആവശ്യത്തിനുണ്ട്. അടുത്ത ഇൻജെക്ഷന് തീയതി കുറിച്ചുതന്നു. "മുടി മുഴുവൻ കൊഴിയും കേട്ടോ." ഡോക്ടർ പറഞ്ഞു. രണ്ടുപേരും പുഞ്ചിരിച്ചു. പ്രതീക്ഷിച്ചിരിക്കയാണല്ലോ.

വീട്ടിലെത്തിയ ഉടൻ കുളിച്ചു. തല തുവർത്താൻ നേരം അറിഞ്ഞു. മുടി കൊഴിഞ്ഞു തുടങ്ങി. കൊഴിഞ്ഞ മുടികൾ താഴെ വന്ന് പിണഞ്ഞ് ഉരുളകളായി മാറുന്നു. എത്ര ശ്രമിച്ചാലും അടർത്താൻ പറ്റാത്ത ജടകൾ. വസന്തേച്ചി ഒത്തിരി ശ്രമിച്ച് പരാജയപ്പെട്ടു. തല വേദനിച്ചപ്പോൾ പറഞ്ഞു. ചേച്ചി കത്രിക എടുത്ത് വെട്ടിക്കളയൂ. ഇനി പിടിച്ചാൽ പിടി കിട്ടത്തില്ല. "എനിക്ക് വയ്യ. എന്റെ കൈകൊണ്ട് ഞാൻ ടീച്ചറിന്റെ മുടി വെട്ടില്ല. എനിക്കതിന് കഴിയില്ല. സാറു വരുമ്പോൾ പറഞ്ഞാൽ മതി."

തലമുടി ഉണങ്ങുന്നതെങ്ങനെ. നനവോടെ കെട്ടി വച്ചാൽ ചുമയും തുമ്മലും ഒപ്പം വരില്ലേ. ശ്രീയേട്ടനും മുടി വെട്ടാൻ തയ്യാറായില്ല. രണ്ടുദിവസം എങ്ങനെയെങ്കിലുമൊക്കെ കെട്ടി. വീടുമുഴുവൻ മുടി. ആഹാരത്തിലൂടെ ഉള്ളിൽ ചെല്ലാതിരിക്കാൻ വളരെ ശ്രദ്ധിച്ചു. കുളിച്ചാൽ തല തോർത്താനോ കെട്ടി വയ്ക്കാനോ പറ്റാത്ത അവസ്ഥ. മൂന്നാമത്തെ ദിവസം വസന്തേച്ചിയെക്കൊണ്ട് നിർബ്ബന്ധിച്ച് തോളറ്റം വച്ച് മുറിപ്പിച്ചു. കണ്ണാടിയിൽ നോക്കി. ആകെ വികൃതമായ രൂപം. കുറേ സ്ഥലത്ത് ഒരു മുടിയുമില്ല. കുറച്ചു ഭാഗത്ത് കോഴിപ്പൂട പോലെ. വേറെ കുറച്ചു സ്ഥലത്ത് അല്പം ഞെരുക്കത്തിൽ. വീട്ടിലുള്ളവർക്കും അയൽക്കാർക്കും മറ്റും എന്നെ കാണാൻ തന്നെ വിഷമം. കണ്ണാടിയിൽ നോക്കാതിരിക്കാൻ ശ്രമിച്ചാലും അവസാനം ചെന്ന് പെടുന്നത് അതിന്റെ മുന്നിൽ.

മനസ്സു തളരാതിരിക്കാൻ വല്ലാതെ പണിപ്പെട്ടു. മുടി കൊഴിയുന്നതിൽ ഒരു വിഷമവുമില്ലായെന്നു ഭാവിക്കാൻ ശ്രമിച്ചു. ചിരി പലപ്പോഴും വികൃതമായിപ്പോയോയെന്ന് സംശയം. ശ്രീയേട്ടന്റെയുള്ളിലെ സങ്കടം എനിക്ക് നന്നായി മനസ്സിലാവുമായിരുന്നു. ഇതെല്ലാം നിസ്സാരമാണെന്ന് ഭാവിക്കുകയും എന്നെ ബോദ്ധ്യപ്പെടുത്താൻ ശ്രമിക്കുകയും ചെയ്തു.

എത്രയൊക്കെ അഭിനയിച്ചാലും ഒറ്റയ്ക്കാവുന്ന നിമിഷങ്ങളിൽ മതിവരുവോളം കരഞ്ഞ് മനസ്സ് ശാന്തമാക്കാൻ ശ്രമിച്ചു. ഓപ്പറേഷന് ശേഷം അതുവരെയുണ്ടായിരുന്ന ധൈര്യവും ശുഭാപ്തി വിശ്വാസവുമൊക്കെ മുടിയോടൊപ്പം ചോർന്ന് പോകുന്നതുപോലെ. റീത്ത ഫോണിലൂടെ ആത്മ

വിശ്വാസം കൈവിടാതിരിക്കാൻ ഒത്തിരി ഉപദേശിച്ചു. ശ്രീയേട്ടനും മോനും സ്കൂളിൽ പോയിക്കഴിയുമ്പോൾ ആവശ്യമില്ലാതെ ചിന്തിച്ച് മനസ്സ് പുണ്ണാക്കി വീണ്ടും രോഗങ്ങൾ വരുത്താതെ എന്തെങ്കിലുമൊക്കെ എഴുതാൻ നിർദ്ദേശിച്ചു. റീത്തയ്ക്ക് വായിക്കാനായി എന്തെങ്കിലുമൊക്കെ എഴുതണം. മനസ്സിന്റെ കടിഞ്ഞാണിന്റെ നിയന്ത്രണം ഏറ്റെടുക്കാൻ അതേ മാർഗ്ഗമുള്ളൂ.

റുഖിയ അസുഖമറിയാൻ വന്നപ്പോൾ ബഷീറിന്റെ സമ്പൂർണ്ണകൃതികളും ചെറുകാടിന്റെ മുത്തശ്ശിയും കാരൂർ കൃതികളും ഒക്കെ കൊണ്ടുത്തന്നു. ആദ്യം നന്നായി വായിക്കാം. പിന്നെ എഴുതിത്തുടങ്ങാം. പകൽ സമയങ്ങളിൽ പുസ്തകങ്ങൾ കൂട്ടുകാരായി. സമയാസമയം ആഹാരം കഴിപ്പിക്കാൻ അമ്മ വളരെ ശ്രദ്ധിച്ചു. സന്ദർശകർക്കും ഒരു കുറവും ഉണ്ടായിരുന്നില്ല. എന്നും കരിക്ക് കുടിക്കണം. ഉഷ ടീച്ചറും ബാബു സാറും ഓമന ടീച്ചറും പാപ്പയും സുലോചന ടീച്ചറുമൊക്കെ പത്തും പന്ത്രണ്ടും കരിക്ക് വീതം കൊണ്ടുവന്നു.

രണ്ടാമത്തെ കീമോ എടുത്തു കഴിഞ്ഞുള്ള പത്തു ദിവസങ്ങൾ നരകതുല്യമായിരുന്നു. മനസ്സും ശരീരവും തളർന്നു കിടന്ന ദിവസങ്ങൾ. ഉറക്കമില്ലാത്ത രാത്രികളും പകലുകളും. ഇടയ്ക്കിടെ മയങ്ങും. ഒന്നും ചവയ്ക്കാൻ പറ്റാത്ത അവസ്ഥ. പല്ലുവേദന, തലവേദന, നെറ്റിവേദന, വേദന വേദന സർവ്വത്ര! ഒരു വശം വേദനിക്കുമ്പോൾ തലയിണയിൽ ആ ഭാഗം അമർത്തിക്കിടക്കും. കണ്ണീർ അറിയാതെ ഒഴുകും. അബ്ഡൊമിനൽ ബൈൻഡർ ഇടാൻ വയ്യാത്ത അവസ്ഥയിലായി. നന്നായി വണ്ണം വച്ചതു തന്നെ കാരണം. വയറിനു വലതുവശത്ത് അല്പം ഉയർന്നിരിക്കുന്നു. അതോർത്തുള്ള ടെൻഷൻ.

കട്ടിയുള്ള ഒരാഹാരവും ചവച്ച് കഴിക്കാൻ പറ്റാതായി. നാക്കിലും കവിളിലും തൊണ്ടയിലും മൂക്കിനകത്തുമൊക്കെ ധാരാളം കുരുക്കൾ. മൂക്കിൽ തൊട്ടാൽ, ദ്രാവകരൂപത്തിൽ ആഹാരം ഇറങ്ങുമ്പോൾ ഒക്കെ നൊമ്പരം. എങ്കിലുമതു സഹിച്ചു. ജ്യൂസാക്കി ആപ്പിളും മുന്തിരിയും ഓറഞ്ചുമൊക്കെ കുടിച്ചു. കൂവരക് കാച്ചിയതും പൊടിയരിക്കഞ്ഞിയും കരിക്കും പാലുമെല്ലാം വേണ്ടെന്നു തോന്നിയാലും കഴിച്ചു. കൗണ്ട് കുറഞ്ഞാൽ അടുത്ത കീമോ എടുക്കാൻ വൈകില്ലേ. ഇനി രണ്ടു കീമോ കൂടി കഴിഞ്ഞാൽ ഇപ്പോളനുഭവിക്കുന്ന നരകയാതന തീരുമല്ലോ.

മുടി ഇല്ലാത്ത അമ്മയെ ഉൾക്കൊള്ളാൻ മോൻ തയ്യാറല്ലായിരുന്നു. കളിയായി, പെണ്ണ് കെട്ടുന്ന കാര്യം പറയുമ്പോൾ അമ്മയെപ്പോലെ മുടിയുള്ള, അമ്മയുടെയത്ര നിറവും ഉയരവും വണ്ണവുമുള്ള, അഹങ്കാരിയല്ലാത്ത ഞണ്ടും കൊഞ്ചുമൊക്കെ രുചിയോടെ പാകം ചെയ്തു കൊടുക്കുന്ന പെണ്ണിനെ കെട്ടുമെന്ന് പറയും. മുടി കൊഴിഞ്ഞ് വണ്ണം വച്ചരൂപത്തിലായപ്പോൾ, “ഇനി അമ്മ കുത്തി വയ്പ് എടുക്കേണ്ട. ആ ഡോക്ടറെപ്പിടിച്ച് മുടിപോണ കുത്തിവെയ്പെടുപ്പിക്കാം. എപ്പോഴും ഓരോന്ന് കഴിക്കണ്ട ഇനിയും വണ്ണം വയ്ക്കും.” എന്നൊക്കെ പറയാൻ

തുടങ്ങി. സ്കൂളിൽ സുലോചന ടീച്ചർ ക്ലാസിലെ കുട്ടികളോട് ജയന്തി ടീച്ചറിന്റെ മുടിയൊക്കെ കൊഴിഞ്ഞുപോയി എന്നു പറഞ്ഞതുകേട്ട് ദിവസങ്ങളോളം പരിഭവിച്ചു നടന്നു.

തലയിൽ തുണിയിടാതെ പുറത്തിറങ്ങിയാൽ വഴക്കു പറയും. ആരെങ്കിലും ഗേറ്റ് തുറക്കുന്ന ശബ്ദം കേൾക്കുമ്പോഴേ ഓടി വന്ന് തലയിൽ ഷാളിട്ടുമൂടിത്തരും. മോന്റെ വാക്കുകളും പെരുമാറ്റവും കേൾക്കുകയും കാണുകയും ചെയ്യുമ്പോൾ പുറമെ ചിരിക്കുമായിരുന്നെങ്കിലും ഉള്ള് നുറുങ്ങുകയായിരുന്നു.

അടുത്ത തവണ കീമോ എടുക്കാൻ പോയപ്പോൾ എന്റെ സ്കൂളിൽ മൂന്നിൽ പഠിക്കുന്ന അപർണ്ണയുടെ അമ്മ രമയെ കണ്ടു. സാർ അവധിയായിരുന്ന ദിവസമാണ് രമ റിവ്യൂവിന് ചെന്നത്. ഏതോ ജൂനിയർ ഡോക്ടറെ കണ്ട് തിരിച്ചുപോയി. പത്തോളജിയിൽനിന്നും റിസൾട്ട് വാങ്ങുന്ന കാര്യമൊന്നും രമയോട് പറഞ്ഞില്ല. രണ്ടുമാസം കഴിഞ്ഞ് വയറുവേദനയും പെരുക്കവുംമൂലം വല്ലാതെ ബുദ്ധിമുട്ടി സാറിനെ കാണാൻ ചെന്നപ്പോഴാണ് ആർ സി സിയിലേക്ക് റെഫർ ചെയ്തത്. രമ ആകെത്തളർന്നു പോയി. രോഗിയാണ്, ഇനി ജോലിചെയ്യാനൊന്നും കഴിയില്ല. മരിച്ചുപോകുകയേ ഉള്ളൂ എന്ന ഭയം ഒരു വശത്ത്. ഭർത്താവുപേക്ഷിച്ചതുമൂലം രണ്ടുചെറിയ മക്കളുടെ സംരക്ഷണം, ഭാരിച്ച ചികിത്സാ ചെലവ് ഇവ വഹിക്കാനുള്ള പണമില്ലാത്ത അവസ്ഥ മറുവശത്ത്. കഴിയും വിധം ധൈര്യം പകരാൻ ശ്രമിച്ചു. ചുറ്റും കണ്ട ദയനീയ രൂപങ്ങളിലേക്ക് ശ്രദ്ധ തിരിച്ചു. കൈക്കുഞ്ഞുങ്ങൾ മുതൽ പടുവൃദ്ധർ വരെയുള്ള രോഗികൾ. അവരേക്കാൾ ഭേദമല്ലേ നമ്മുടെ സ്ഥിതി. ധൈര്യപൂർവ്വം ചികിത്സ ചെയ്യണം. ആരോഗ്യം വീണ്ടെടുത്താൽ മക്കളെ പോറ്റാൻ വീണ്ടും ജോലി ചെയ്യാം.

"താഴ്ന്ന വരുമാനക്കാർക്ക് ആനുകൂല്യം കിട്ടുമോ." രമ ചോദിച്ചു. ഞങ്ങൾക്കുമത് അറിയില്ലായിരുന്നു. എൻക്വയറിയിൽ ഇരിക്കുന്ന പെൺകുട്ടികളുടെ സംസാരവും പെരുമാറ്റവുമൊക്കെ ധിക്കാരം നിറഞ്ഞതാണ്. അതിനാൽ അവരോട് ചോദിക്കാനും തോന്നിയില്ല. "സാറിനോട് ചോദിച്ച് പറയാം." രമയ്ക്ക് വാക്ക് കൊടുത്തു.

അന്ന് ബ്യൂലാ ഡോക്ടറാണ് ഒ പിയിൽ ഉണ്ടായിരുന്നത്. അസ്വസ്ഥതകൾ ഒക്കെ വിവരിച്ചപ്പോൾ കരുണയൂറുന്ന സ്വരത്തിലും ഭാവത്തിലും പറഞ്ഞു. "മുടി കൊഴിഞ്ഞുപോകുമ്പോൾ ഇത്തരം അസ്വസ്ഥതകളൊക്കെ ഉണ്ടാവും. സാരമില്ല. ഇൻജക്ഷൻ തീരുമ്പോൾ എല്ലാം മാറും."

സുന്ദരഗാന്ധി എന്നു പേരുള്ള എല്ലും തൊലിയും മാത്രമുള്ള വികൃതയായ ഒരു വൃദ്ധ, അടുത്ത കീമോ കുറച്ചു ദിവസങ്ങൾ കഴിഞ്ഞെടുത്താൽ മതിയെന്നു ശഠിച്ചു.

"ഇന്നെടുത്തില്ലെങ്കിൽ ഇനി എടുക്കുമ്പോൾ ഇതുവരെ എടുത്തതെല്ലാം ഒന്നുകൂടി എടുക്കണം. പറയുന്ന ഇടവേളകളിൽത്തന്നെ എടു

ത്താലേ ഫലമുള്ളു.”

ഡോക്ടർ ശകാരിക്കുന്നു. ഇതാണോ ആത്മവിദ്യാലയം. ഇവിടെ പണ്ഡിതനെന്നോ പാമരനെന്നോ ധനികനെന്നോ ദരിദ്രനെന്നോ ശിശുവെന്നോ കൗമാരക്കാരനെന്നോ ചെറുപ്പക്കാരനെന്നോ വൃദ്ധരെന്നോ ഒരു വ്യത്യാസവുമില്ല. എല്ലാവരും രോഗികൾ, രോഗികൾ മാത്രം. മരണം മുന്നിൽ കാണുന്നവർ. എന്നാൽ പുറത്ത് പലരും മറ്റുള്ളവരെ എങ്ങനെയും ദ്രോഹിച്ച് സൗഭാഗ്യങ്ങൾ ഉണ്ടാക്കാൻ ശ്രമിക്കുന്നു. താനാണ് വലിയവനെന്നാണ് ഓരോരുത്തരുടേയും ഭാവം. സമ്പത്ത്, പദവി, പ്രശസ്തി, സുഖഭോഗങ്ങൾ ഇവയ്ക്ക് പിന്നാലെ പായുമ്പോൾ തങ്ങളുടെ കുതിപ്പുകൾക്ക് കടിഞ്ഞാണിടാൻ തക്കം പാർത്ത് രോഗങ്ങൾ, അപകടങ്ങൾ കാത്തിരിപ്പുണ്ടെന്നോർക്കുമോ? ആശുപത്രികളിൽ ഒരു ദിവസമെങ്കിലും എത്തപ്പെടുന്നവർ ചുറ്റും മനസ്സിരുത്തി ഒന്നു നിരീക്ഷിച്ചാൽ മനസ്സിലെ സ്വാർത്ഥതകളും അഹങ്കാരങ്ങളുമൊക്കെ വെടിയില്ലേ. ഇല്ലാ... ഇത് ലോകസ്വഭാവമാണ്. തന്റെ നേർക്ക് വരുമ്പോഴേ അതിന്റെ ചൂടറിയൂ. മറ്റുള്ളവർക്കു വരുമ്പോൾ പുറമേ സഹതപിക്കുകയും ഉള്ളാലേ സന്തോഷിക്കുന്നവരുമാണ് പലരും. വീണു കിടക്കുന്നവനെ വാക്കുകൾ കൊണ്ടും പെരുമാറ്റം കൊണ്ടും ചവിട്ടിത്തേക്കാൻ ശ്രമിക്കുന്നവരുടേതാണീ ലോകം.

ആശുപത്രികളിലെ കാഴ്ചകൾ കാണാനിടയാവുമ്പോൾ മനസ്സിലെ അഹങ്കാരങ്ങൾ ഇല്ലാതാവുന്നവരുടെ എണ്ണം വിരളമാണ്. മിക്കവരുടെയും ഹൃദയം അലിയുന്നവയല്ല. അല്ലെങ്കിൽ ആശുപത്രി ജീവനക്കാരല്ലേ-ഡോക്ടർമാർ മുതൽ തൂപ്പുകാർവരെയുള്ളവർ -ആദ്യം ദയാലുക്കളാകേണ്ടത്?

വീട്ടിൽ ചെന്ന് കാണുന്നവരെ മാത്രം ഒ പിയിൽ പരിശോധിച്ചിട്ട് മറ്റുള്ളവരെ അസിസ്റ്റന്റുമാരെക്കൊണ്ട് നോക്കിക്കുന്നവരില്ലേ ഇവിടെ കുറെപ്പേരെങ്കിലും. ഉച്ചയാകും മുമ്പേ സ്വന്തം വീടുകളുടെ കൺസൾട്ടിങ് റൂമിൽ പണസമ്പാദനത്തിന് വേണ്ടി രോഗികളെ സ്വീകരിക്കുന്നവരുമുണ്ട്. നിസ്സാരമായ രോഗങ്ങളുമായി എത്തുന്നവരെ കൂടുതൽ ഭയപ്പെടുത്തി ആവശ്യമില്ലെങ്കിലും വിലയേറിയ മരുന്നുകൾ കുറിച്ച് കൊടുക്കുന്നവരും കൂട്ടത്തിലുണ്ട്. ചിലരുടെ കൺസൾട്ടിങ് റൂമുകൾ അത്യന്താധുനിക ഉപകരണങ്ങളാൽ അലങ്കരിക്കുന്ന ലാബുകൾ കൂടിയാണ്. അവിടെയെത്തുന്ന രോഗികൾ ചെലവേറിയ പല ടെസ്റ്റുകൾക്കും വിധേയരാക്കപ്പെടുന്നു. പട്ടിണിപ്പാവങ്ങൾ എന്തുചെയ്യാൻ. ഓപ്പറേഷൻ വേണ്ടി വരുന്നവരുടെ കാര്യമാണ് കഷ്ടം. കൈക്കൂലി കൊടുത്തില്ലെങ്കിൽ പല കാര്യങ്ങൾ പറഞ്ഞ് ഓപ്പറേഷൻ തീയതി നീട്ടും. ജനറൽ വാർഡുകളിൽ പലപ്പോഴും ഓപ്പറേഷൻ കഴിഞ്ഞവർക്കുപോലും തറയിൽ കിടക്കേണ്ടി വരും. സന്ദർശക ബാഹുല്യംമൂലം മുറിവ് ഇൻഫക്ഷൻ ആവുന്ന സാഹചര്യങ്ങളും കൂടുതലാണ്.

തനിക്ക് ഇത്ര രൂപ തന്നാലേ ഓപ്പറേഷൻ നടക്കൂ എന്ന് രോഗികളുടെ ബന്ധുക്കളോട് വെട്ടിത്തുറന്ന് പറയുന്ന ഡോക്ടർമാരുണ്ട്. സമൂഹത്തിലെ ഉന്നതർക്കും ഇടത്തരക്കാർക്കും അവർ പറയുന്ന തുക കൊടുക്കാൻ

വലിയ ബുദ്ധിമുട്ടില്ല. എന്നല്ല അവർക്കത് ഇഷ്ടവുമാണ്. മെച്ചപ്പെട്ട ചികിത്സയും പരിചരണവും ലഭിക്കുമല്ലോ. നിത്യവൃത്തിക്കു പോലും നിവൃത്തിയില്ലാത്തവർ എന്തുചെയ്യും. കെട്ടുതാലി പണയം വച്ചോ വിറ്റോ പണം സംഘടിപ്പിക്കുന്നവർ നിരവധി. സമയത്ത് ചികിത്സ ലഭിക്കാതെ മരണമടയുന്നവരും വിരളമല്ല. എന്നാണീ അനീതികൾക്കൊരന്ത്യം.

അന്ന് വീട്ടിലെത്തിയ ഉടൻ ഛർദ്ദിൽ തുടങ്ങി. എങ്കിലും കുളിച്ചിട്ടേ കിടന്നുള്ളു.

പിറ്റേദിവസം വൈകിട്ട് 7 മണിക്ക് സാറിനെ വിളിച്ചു. രമയുടെ കാര്യം സംസാരിച്ചു. ഒത്തിരി മുഖങ്ങളിൽനിന്ന് രമയെ ഓർത്തെടുക്കാൻ സാറിനു കഴിഞ്ഞില്ല. ചൊവ്വാഴ്ച ഒ പിയിൽ രമയോട് സാറിനെ കാണാൻ ചെല്ലാൻ പറഞ്ഞു. ആനുകൂല്യത്തെക്കുറിച്ച് സാറിനും വ്യക്തമായറിവില്ല.

ചൊവ്വാഴ്ച സാറിനെക്കണ്ടു വന്നിട്ട് രമയും കൂട്ടുപോയ വാവയും വിളിച്ചു. രമയുടെ സ്വരത്തിൽ ധൈര്യവും ആത്മവിശ്വാസവും ധ്വനിച്ചു. വാവ, ആ ഡോക്ടറുടെ സംസാരം കേട്ടാൽ പകുതി അസുഖവും കുറയും എന്ന പക്ഷക്കാരിയായിരുന്നു. സാർ രമയെ വാക്കുകളിലൂടെ ധൈര്യവതിയാക്കാൻ ശ്രമിച്ചെന്ന് വാവയുടെ വിവരണത്തിൽനിന്നും മനസ്സിലായി. സാറിന് നന്ദി പറഞ്ഞു. രമ തളർന്നു വീണാൽ പറക്കമുറ്റാത്ത രണ്ടു പിഞ്ചുകുഞ്ഞുങ്ങൾ എന്തൊക്കെ യാതന സഹിക്കേണ്ടി വരും. വയർ ഉയർന്നിരിക്കുന്നത് ശ്രദ്ധയിൽപ്പെട്ടതുമുതൽ അനാവശ്യ ചിന്തകൾ അലട്ടാൻ തുടങ്ങി. ബൈൻഡർ ഇടാൻ പറ്റാതാവുകയും ചെയ്തു.

അമാവാസി വീണ്ടും

അടുത്ത തവണ ആർ സി സിയിൽ കൗണ്ട് നോക്കാൻ പോയപ്പോൾ പ്ലാസ്റ്റിക് സർജറി ഒ പിയിലും പോയി. ഒരു മാസം കഴിഞ്ഞ് വീണ്ടും ചെല്ലാൻ നന്ദകുമാർ സാർ എഴുതിയതാണ്. പോയില്ല. ബിനോയ് സാർ ഇല്ലായിരുന്നു. നന്ദകുമാർ സാറിനും ശ്രീകുമാർ സാറിനുമൊക്കെ തിരിച്ചറിയാൻ സാധിച്ചില്ല. ഒ പി ടിക്കറ്റ് കണ്ടപ്പോളാണ് മനസ്സിലായത്.

"വണ്ണം വച്ചു. മുടി പോയത് സാരമില്ല. നല്ല മുടി പുതിയത് വരും." നന്ദകുമാർ സാർ തുടർന്നു.

"ഹെർണിയയുടെ ലക്ഷണമാണ് വയറിൽ കാണുന്നത്. നൂറിൽ ഒരു രോഗിക്ക് ഇങ്ങനെ വരാറുണ്ട്. പ്രസവം കഴിയുന്ന സ്ത്രീകൾ ധരിക്കുന്ന ബാൻഡേജ് വാങ്ങിക്കെട്ടണം. ചിലപ്പോൾ രണ്ടുമൂന്നു മാസത്തിനകം ശരിയാകും. അല്ലെങ്കിൽ കീമോ തീർന്ന് ആറുമാസത്തിനകം ഒരു ചെറിയ ഓപ്പറേഷനിലൂടെ ശരിയാക്കാം."

എപ്പോഴാണ് കണ്ണുനീരൊഴുകാൻ തുടങ്ങിയതെന്നറിയില്ല. സാർ സമാധാനിപ്പിച്ചു.

"നിങ്ങൾ പേടിക്കേണ്ട ഒരു കാര്യവുമില്ല. ഇതൊരു ചെറിയ ഓപ്പറേഷനാണ്. ചിലപ്പോൾ ഓപ്പറേഷൻ ഇല്ലാതെയും ശരിയാവാം. ബൈൻഡർ വാങ്ങിക്കൊണ്ടുവന്നാൽ കെട്ടുന്ന രീതി കാണിച്ചു തരാം."

ശ്രീയേട്ടൻ ഉടനെ തന്നെ ബൈൻഡർ വാങ്ങി വന്നു. സാർ അത് കെട്ടിത്തന്നു.

"നമുക്കിന്നു തന്നെ ഫസൽ സാറിനെ കാണാം. സാർ ഓപ്പറേഷൻ നിർദ്ദേശിച്ചാൽ മാത്രം നടത്തിയാൽ മതി. നമുക്ക് സാറിന്റെ ചികിത്സ മതി. ഓപ്പറേഷൻ വേണമെങ്കിൽത്തന്നെ സാർ ചെയ്താൽ മതി." ശ്രീയേട്ടൻ പറഞ്ഞു. എന്റെ മനസ്സിലെ ചിന്തയും അതുതന്നെയായിരുന്നു.

ഒന്നിനുപുറകെ മറ്റൊന്നായി ഇതെന്താണ്. അമാവാസി രാത്രി അവസാനിച്ച് തെളിഞ്ഞ പ്രഭാതം തുടങ്ങില്ലെന്നോ. സാറിനെ കാണും വരെ ആകെ അസ്വസ്ഥയായിരുന്നു.

കണ്ട ഉടൻ വണ്ണം കൂടിയ കാര്യം സാറും പരാമർശിച്ചു. തലയിലെ ഷാൾ അല്പം നീക്കി മുടിയും നോക്കി. വെയ്റ്റ് നോക്കി 68 കിലോ. ആദ്യമായി സാറിനെ കാണുമ്പോൾ 55 കിലോ ആയിരുന്നു. വയർ ഉയർന്നിരിക്കുന്ന ഭാഗം പരിശോധിച്ചു. "ഇപ്പോൾ ഓപ്പറേഷന്റെ ഒരു കാര്യവുമില്ല."

സമാധാനമായി. നന്ദകുമാർ സാറിനെ കണ്ട നിമിഷം മുതൽ അതുവരെ അനുഭവിച്ച എല്ലാ ടെൻഷനും മാറി. സാറിനെ കാണുമ്പോഴും സംസാരിക്കുമ്പോഴും മനസ്സിന് എന്തൊരു ശാന്തിയും സമാധാനവുമാണ്.

അമ്മയെയും ചേച്ചിയെയുമൊന്നും ഹെർണിയയുടെ കാര്യം അറിയിച്ചില്ല. റീത്ത വിളിച്ചപ്പോൾ സൂചിപ്പിച്ചു. ഇനി ഒരു ഓപ്പറേഷനും വേണ്ടായെന്ന അഭിപ്രായത്തിലാണ് റീത്ത.

അതിനിടയിൽ റീത്തയുടെ മുതുകിലെ മുഴ ഓപ്പറേഷൻ ചെയ്തു. റീത്തയെക്കാണാൻ ധൃതിയായിട്ടും സാഹചര്യം പ്രതികൂലമായതിനാൽ ഉടനെ പോകാൻ സാധിച്ചില്ല.

ഓപ്പറേഷൻ കഴിഞ്ഞ് മാസങ്ങളായെങ്കിലും സന്ദർശകർക്ക് അപ്പോഴും കുറവുണ്ടായിരുന്നില്ല. ക്ലസ്റ്റർ ക്ലാസുകളിലും കോഴ്സുകളിലും യൂറീക്കാ ക്ലാസിലുമൊക്കെ പങ്കെടുത്തിട്ട് പല സ്കൂളുകളിലെയും അദ്ധ്യാപകർ സംഘടിച്ച് വരുമായിരുന്നു. ഡി പി ഇ പി ട്രെയിനിങ്മൂലം ലഭിച്ച കൂട്ടുകാർ. എല്ലാ പ്രായത്തിലുള്ളവരും അക്കൂട്ടത്തിലുണ്ട്.

യുഗങ്ങൾ പോലെ ഇഴഞ്ഞു നീങ്ങിയ ദിവസങ്ങൾ. അവസാനത്തെ കീമോ എടുക്കേണ്ട ദിനമെത്തി. ഇന്നുകൊണ്ട് തീരുമല്ലോ എന്ന ആശ്വാസം ഒരു വശത്ത്. ഇപ്പോൾ അനുഭവിക്കുന്നതിലും കഠിനമായ യാതനകൾ അനുഭവിക്കേണ്ടിവരുമോ എന്ന ഉൽക്കണ്ഠ മറുവശത്ത്. അന്ന് പതിവിലും നേരത്തെ കീമോ എടുത്തു. മരുന്ന് തീർന്ന ഉടൻ സൂചി മാറ്റാത്തതിനാൽ രക്തം ഡ്രിപ്പിലേക്ക് കയറി. കൈയിൽ നീരടിക്കുകയും ചെയ്തു. ഐസ്ബോക്സ് കുറച്ചു നേരം വച്ചപ്പോൾ നീരല്പം കുറഞ്ഞു. അന്നും സാറിനെ കണ്ടാണ് മടങ്ങിയത്. രണ്ടുമാസം കഴിഞ്ഞ് വീണ്ടും ചെല്ലാൻ പറഞ്ഞു. പ്ലാസ്റ്റിക് സർജറി ചെയ്തത് അബദ്ധമായി എന്ന് ഞാൻ ചിന്തിക്കുന്നുവെന്ന് സാറിന് സംശയം ഉള്ളതുപോലെ. സംസാരത്തിൽ നിന്ന് മനസ്സിലായി. അത് തീർക്കണമെന്ന് നിശ്ചയിച്ചു. സാറിന് ഒരു കത്തെഴുതി. ഹെർണിയ വന്നതുകൊണ്ട് വിഷമമില്ല. വേണമെങ്കിൽ മദ്ധ്യവേനലവധിക്ക് ഓപ്പറേഷൻ നടത്താൻ ഞാൻ സന്നദ്ധയാണെന്ന് സാറിനെ ബോദ്ധ്യപ്പെടുത്തി. ഇനിയും രോഗികൾക്ക് പ്ലാസ്റ്റിക് സർജറി ചെയ്യാൻ സാറിന് ധൈര്യം കൊടുക്കാനും ആത്മവിശ്വാസം വർദ്ധിപ്പിക്കാനും എന്നാൽ കഴിയുന്നതുപോലെ ശ്രമിച്ചു. എന്റെ സ്ത്രീത്വത്തിന്റെ സിംബലുകളിൽ ഒന്ന് നഷ്ടപ്പെട്ടുവെന്ന തോന്നലേ എനിക്കില്ല. മറ്റുള്ളവരെ അഭി

മുഖീകരിക്കാൻ നല്ല ധൈര്യവും ആത്മവിശ്വാസവും എനിക്ക് ലഭിച്ചത് പ്ലാസ്റ്റിക് സർജറി നടത്തിയത് ഒന്നുകൊണ്ട് മാത്രമാണ്. അപകർഷതാ ബോധത്തിൽനിന്നും ഉണ്ടാകാനിടയുള്ള എല്ലാ മാനസിക പ്രശ്നങ്ങളിൽ നിന്നും എന്നെ മുക്തയാക്കിയതും ജീവിതാന്ത്യം വരെ ഇരട്ടപ്പേരിൽനിന്നും സഹതാപങ്ങളിൽനിന്നും രക്ഷിച്ചതും സാറാണെന്ന് ബോദ്ധ്യപ്പെടുത്തുവാൻ ഞാൻ ശ്രമിച്ചിട്ടുണ്ട്.

പ്രതിഫലേച്ഛ കൂടാതെ നിസ്വാർത്ഥമായും ആത്മാർത്ഥമായും രോഗികളെ ചികിത്സിക്കുന്ന സാറെന്ന മഹത്‌വ്യക്തിയെ പരിചയപ്പെടാനും ആത്മബന്ധം സ്ഥാപിക്കാനും കഴിഞ്ഞത് പുണ്യമായിക്കരുതുന്നു. മിടുക്കരായ ഡോക്ടർമാർ അനേകമുണ്ടാകാം. പക്ഷേ, ഇത്തരം സവിശേഷ വ്യക്തിത്വങ്ങൾക്ക് ഉടമകൾ അപൂർവ്വങ്ങളിൽ അപൂർവ്വം. സാമർത്ഥ്യവും ആത്മാർത്ഥതയും ദീനാനുകമ്പയും തൊഴിലിൽ ആത്മാർപ്പണവും ഒത്തിണങ്ങിയ സാറിന് ആയുരാരോഗ്യസൗഖ്യം നല്കണേ എന്ന് ദൈവത്തോട് പരിശുദ്ധമായ ഹൃദയത്തോടെ പ്രാർത്ഥിക്കുന്നു. അതുമാത്രമല്ലേ എന്നും നന്ദിയും കടപ്പാടും നിർമ്മല സ്നേഹവും ഉള്ള ഒരു രോഗിക്ക് പകരം നല്കാൻ കഴിയൂ.

വീണ്ടും സ്കൂളിലേക്ക്

ക്രിസ്തുമസ് അവധി കഴിഞ്ഞ് സ്കൂൾ തുറന്ന ദിവസം സ്കൂളിൽ പോയി. ഉച്ചകഴിഞ്ഞ് മടങ്ങിപ്പോന്നു. നാല് മാസത്തിലേറെയായിരുന്നു സ്കൂളിൽ പോയിട്ട്. മക്കളെല്ലാവരും ചുറ്റുംകൂടി. അവരെ കണ്ടപ്പോൾ, അവരുടെ സ്നേഹം അനുഭവിച്ചപ്പോൾ, സന്തോഷം കൊണ്ടു നിറഞ്ഞ കണ്ണുകൾ അവരിൽനിന്നുമൊളിക്കാൻ പാടുപെട്ടു.

ക്ലാസിൽ പോയി. ക്ലാസിൽ വെറുതെയിരിക്കുവാൻ എനിക്ക് ആവില്ല. സുലോചന ടീച്ചർ പഠിപ്പിക്കുന്നതിനിടയിൽ പലപ്പോഴും ഇടപെട്ട് പഠിപ്പിച്ചു. തലയിൽ ഒരു മുടിപോലുമില്ല. സ്കാർഫ് കൊണ്ട് മൂടിയാണ് സ്കൂളിൽ പോകുന്നത്.

ആദ്യത്തെ ഒരു മാസം ആഴ്ചയിൽ രണ്ട് ദിവസം വീതം പോയി. പിന്നെ രണ്ടു ദിവസങ്ങളിടവിട്ടും തുടർന്ന് ഒന്നിരാടവും പോയി. ഓട്ടോയിലാണ് പോകുന്നതും വരുന്നതും. ഇതിനിടെ എൽ എസ് എസിന് സെലക്ഷൻ കിട്ടിയ കുട്ടികളെ മാത്രം പഠിപ്പിക്കുന്ന ചുമതലയേറ്റു. അപ്പോൾ കൂടുതൽ ബുദ്ധിമുട്ട് കൂടാതെ പഠിപ്പിക്കാൻ സാധിച്ചു. പാഠപുസ്തകങ്ങളിലെയും ഹാൻഡ് ബുക്കിലെയും പ്രവർത്തനങ്ങൾ കൂടാതെ ഉയർന്ന നിലവാരത്തിലുള്ള പല പ്രവർത്തനങ്ങളും നല്കുവാൻ സമയം കിട്ടി.

കീമോ തീർന്നപ്പോൾ അമ്മ വീട്ടിലേക്ക് തിരിച്ചുപോയി. ഒരു മാസം കഴിഞ്ഞപ്പോൾ മുടി കിളിർക്കാൻ തുടങ്ങി. വളരെ ശക്തി കുറഞ്ഞ ചെമ്പിച്ച മുടികൾ. മുടി മുളയ്ക്കാൻ തുടങ്ങിയ സന്തോഷവിവരം അയൽക്കാരെയെല്ലാം അറിയിക്കാൻ മോൻ ഓടി.

ഒന്നാം ക്ലാസിലെ ക്ലാസ്ടീച്ചർ, രാധടീച്ചർ വരാത്ത ഒരു ദിവസം അവിടെ പോയി. ഒരാൾ വിളിച്ചു കൂവി. “ടോ ദാ മൊട്ടച്ചി സാർ വരുന്നു.” ഉറക്കെ ചിരിച്ചു. നിഷ്കളങ്കരായ കുട്ടികൾക്ക് ഈ മൊട്ടച്ചി സാറിനെ

ക്കുറിച്ച് എന്തറിയാം. ഈ ജോലി, നിഷ്കളങ്കരായ കുട്ടികളുടെ സാമീപ്യം, കൊഞ്ചലുകൾ, സ്നേഹം ഇവയിലൂടെ ഞാനെന്റെ വേദനകൾ മറക്കാൻ ശ്രമിക്കുന്നു.

രണ്ടുമാസത്തെ മദ്ധ്യവേനലവധിയായി. ബുദ്ധിമുട്ടുള്ള പണികളൊഴികെ മറ്റെല്ലാം ചെയ്യാൻ തുടങ്ങി. മതിയായ വിശ്രമം, നല്ല ആഹാരം, രോഗവിമുക്തി നേടിയ ആഹ്ലാദം ഒക്കെ ആയപ്പോൾ ശരീരഭാരം നന്നായി കൂടി. രാവിലെയും വൈകുന്നേരവും മോനോടൊപ്പം നടക്കാൻ പോകാൻ തുടങ്ങി. വയലിന്റെ കരയിലൂടെ തോടിന്റെ അരികിലൂടെ നടക്കുമ്പോൾ മോന് പഠിക്കേണ്ട മലയാളപദ്യങ്ങൾ ഹൃദിസ്ഥമാക്കിയത് പാടി രസിച്ച് ഞങ്ങൾ നടക്കും.

അവധി കഴിഞ്ഞ് സ്കൂൾ തുറന്നപ്പോഴേക്കും ദിനചര്യകൾ പഴയപടിയായി. കഴിഞ്ഞുപോയ ദുരിതപർവ്വം ഓർക്കാനിഷ്ടമില്ലാത്ത ദുഃസ്വപ്നമായി മാറിക്കഴിഞ്ഞിരുന്നു. പുതിയ പുതിയ സ്വപ്നങ്ങളുടെയും പ്രതീക്ഷകളുടെയും ചിറകിലേറി ജീവിതയാത്ര തുടരുകയാണ് ഞാനിപ്പോൾ.

പിൻകുറിപ്പ്

കൃത്യസമയത്ത് ചികിത്സ തുടങ്ങിയതിനാൽ ഞാൻ അർബ്ബുദത്തിന്റെ പിടിയിൽനിന്നും മുക്തയായി സാധാരണ ജീവിതത്തിലേക്ക് മടങ്ങിവന്നു. പക്ഷേ, എന്റെ സഹരോഗിണികളിൽ പലരും ഇതിനകം ചരിത്രമായിക്കഴിഞ്ഞിരുന്നു. ചികിത്സ തുടങ്ങാൻ വൈകിയതുമൂലം അവരുടെ കുഞ്ഞുങ്ങൾ അമ്മയില്ലാത്തവരായി. അവരുടെ മക്കളുടെ അച്ഛന്മാർ വൈകാതെ പുതിയ ഭാര്യമാരെ കണ്ടെത്തുകയും ചെയ്തു. പത്തമ്മ ചമഞ്ഞാലും പെറ്റമ്മയാകില്ല. ഈ പഴഞ്ചൊല്ലിൽ ലവലേശം പതിരില്ല തന്നെ.

ഒരു സ്ത്രീയുടെ സ്ത്രീത്വത്തിന്റെ സിംബലുകളാണ് സ്തനങ്ങളും ഗർഭപാത്രവും. ഇന്ന് മുപ്പത് വയസ്സുകഴിയുമ്പോഴേ ഗർഭപാത്രം നീക്കുന്ന ശസ്ത്രക്രിയക്ക് വിധേയരാകുന്ന നിരവധി സ്ത്രീകളുണ്ട്. ഗർഭപാത്രം ശരീരത്തിൽനിന്നും പൊയ്ക്കഴിഞ്ഞാൽ സന്തോഷകരമായ ദാമ്പത്യജീവിതം നയിക്കാൻ കഴിയില്ലായെന്ന മിഥ്യാധാരണ പലരും വച്ചു പുലർത്താറുണ്ട്. ഇത്തരം ശസ്ത്രക്രിയ നടന്ന സ്ത്രീകളിൽ നടത്തിയ സർവ്വേ വ്യക്തമാക്കുന്നത് ഗർഭപാത്രമില്ലെങ്കിൽ പ്രസവിക്കാൻ കഴിയില്ലെന്നല്ലാതെ സംതൃപ്ത ദാമ്പത്യജീവിതത്തിന്റെ പാതയിൽ തടസ്സങ്ങൾ സൃഷ്ടിക്കാൻ ഈ ഒരു കാര്യം നിമിത്തമാകുന്നില്ലായെന്നതാണ്.

അതുപോലെ തന്നെയാണ് സ്തനാർബ്ബുദ ശസ്ത്രക്രിയയുടെയും കാര്യം. മനസ്സുകൾ തമ്മിൽ പൊരുത്തമുണ്ടെങ്കിൽ ശരീരഭാഗങ്ങളുടെ നഷ്ടങ്ങൾ കുടുംബജീവിതത്തിൽ വിള്ളലുകൾ ഉണ്ടാക്കുകയല്ല മറിച്ചു ബന്ധം കൂടുതൽ ദൃഢമാകുകയാണ് ചെയ്യുന്നത്. യാതനാ നിർഭരമായ ചികിത്സാക്കാലയളവ് കഴിയുമ്പോൾ പൂർവ്വാധികം ഭംഗിയായി ദൈനംദിന ജീവിതത്തിലേക്ക് തിരിച്ചു വരാൻ ഏതൊരു വ്യക്തിക്കും സാധിക്കുക തന്നെ ചെയ്യും. രോഗം, അതാർക്കും എപ്പോൾ വേണമെങ്കിലും വരാം.

വന്നാൽ തളരാതെ അവസാന നിമിഷം വരെ പൊരുതി നില്ക്കാനുള്ള മനോധൈര്യം പ്രാപ്തമാക്കാൻ സാധിച്ചാൽ രോഗം നമ്മുടെ മുമ്പിൽ പഞ്ചപുച്ഛമടക്കി വണങ്ങി തിരിച്ചു പോകും.

രോഗത്തേക്കാൾ നാം ജാഗരൂകരായിരിക്കേണ്ടത് സഹതാപവും പൊള്ളയായ സ്നേഹപ്രകടനങ്ങളുമായി അടുത്തു കൂടുന്നവരെയാണ്. മിത്രത്തിന്റെ രൂപം ധരിച്ചെത്തുന്ന ആട്ടിൻ തോലിട്ട ചെന്നായയെ പ്പോലെയാണവർ. അവർ നാം അറിയാതെ നമ്മെപ്പറ്റി പല കഥകളും മെനഞ്ഞുണ്ടാക്കും. അവരുടെ ഭാവനാസൃഷ്ടികൾ യാഥാർത്ഥ്യത്തെ വെല്ലുന്ന തരത്തിൽ ഇത്തരം കഥകൾ കേൾക്കാനിഷ്ടമുള്ളവരുടെ മുമ്പിൽ കലാചാരുതയോടെ നിരത്തും. അക്കഥകൾ കാതുകളും നാവു കളും കൈമാറി കൈമാറി നമ്മുടെ ചെവികളിലെത്തിയാൽ അതർഹി ക്കുന്ന അവജ്ഞയോടെ തള്ളിക്കളയുക. പാവങ്ങൾ അവർ പറഞ്ഞു സായുജ്യമടഞ്ഞോട്ടെ..

ഒന്നും നഷ്ടപ്പെടാത്തവർ നയിക്കുന്നതിനേക്കാൾ സാർത്ഥകമായ ഒരു ജീവിതം നമ്മെ കാത്തിരിപ്പുണ്ട്. സമൂഹത്തിലായാലും ഔദ്യോഗിക ജീവിതത്തിലായാലും കുടുംബജീവിതത്തിലായാലും പണ്ടത്തേതിലുമെ ത്രയോ ഇരട്ടി തിളങ്ങാൻ നമുക്ക് സാധിക്കും. രോഗം ഒരു ശാപമായല്ല കാണേണ്ടത്. നമ്മിലെ വ്യക്തിത്വത്തെ കൂടുതൽ പുഷ്ടിപ്പെടുത്താനും നാം അറിയാത്ത പല ലോകങ്ങളും പൊയ്മുഖങ്ങളും നമുക്ക് കാട്ടിത്ത രാനുമുള്ള ഒരു നിമിത്തമാണത്. മനസ്സിൽ കുടിയിരിക്കുന്ന തിന്മകളെ യെല്ലാം ഇറക്കിക്കളഞ്ഞ് നന്മകൾ മാത്രം നിലനിർത്താൻ ലഭിക്കുന്ന അസു ലഭ അവസരം. ക്യാൻസറിനെ അതിജീവിക്കുന്ന ഓരോ ആളും പുതിയ വ്യക്തിയായിത്തീരും. മനസ്സിൽ നന്മയും സഹജീവികളോട് സ്നേഹവു മുള്ള, നശ്വരങ്ങളായ സുഖഭോഗങ്ങളിലും സ്ഥാനമാനങ്ങളിലും അഭിര മിക്കാത്ത വ്യക്തികൾ. വ്യത്യസ്തരായ വ്യക്തികളാകാൻ വേണ്ടത് ആത്മ ധൈര്യവും ശാരീരിക മാനസിക വേദനകൾ സഹിക്കാനുള്ള ഉൾക്ക രുത്തും ക്ഷമയും എല്ലാത്തിനും ഉപരി പ്രിയജനങ്ങളുടെ കൈത്താങ്ങു മാണ്. രോഗം സമ്മാനിച്ച പാടുകളെ നിധിയായി സൂക്ഷിക്കുക. അഹങ്കാ രത്തിന്റെ കണികയെങ്കിലും ഉള്ളിൽ വീണ്ടും കയറിയെന്നു തോന്നുമ്പോൾ അതുടൻതന്നെ തുടച്ചു കളയാൻ ഈ പാടുകൾ നമ്മെ സഹായിക്കും. ദൈവത്തിന്റ കൈയൊപ്പാണത്. മറ്റുള്ളവരുടെ കണ്ണിലത് വികൃതമായി രിക്കാം. ഈ ലോകത്തിലെ എല്ലാ രോഗികൾക്കും നന്മകൾ നേരുന്നു.

9 789388 485241

Printed by Libri Plureos GmbH in Hamburg,
Germany